శ్రీ పరమహంస సద్గురు పూలాజీబాబా గారి
అనుభవ
ఆలోచనామృత ధారయే ఈ

"విశ్వకళ్యాణం"

శ్రీ పరమహంస సద్గురు పూలాజీబాబా గారి
అనుభవ
ఆలోచనామృత ధారయే ఈ

"విశ్వకళ్యాణం"

రచయిత్రి

శ్రీమతి బి. ఉషారాణి

అనంత విశ్వంలో మనమున్నాం, మనలో విశ్వం దాగి వుంది. అదే ఈశ్వర రూపం.

- శ్రీ సద్గురు పూలాజీ బాబా

White Falcon Publishing

Vishwakalyanam
B. Usha Rani

Published by White Falcon Publishing
Chandigarh, India

Cover design by White Falcon Publishing, 2023

The contents of this book have been certified and timestamped on the Gnosis blockchain as a permanent proof of existence. Scan the QR code or visit the URL given on the back cover to verify the blockchain certification for this book.

ISBN - 979-8-89222-127-6

శ్రీ పరమహంస సద్గురు పూలాజీబాబా గారి
అనుభవ
ఆలోచనామృత ధారయే ఈ

"విశ్వకళ్యాణం"
Vishwakalyanam

ప్రకాశకులు :
శ్రీ సిద్ధ మహాయోగ పీఠం,
ధర్మసేవా సమితి
శ్రీ సిద్దేశ్వర ట్రస్ట్ 22/2010-2011,
గ్రామం॥ పాట్నాపూర్, మం॥ జైనూర్,
జిల్లా ఆసిఫాబాద్ (తెలంగాణ)

డి.టి.పి. : మార్గం శ్రీనివాసులు, హన్మకొండ, 9666339074

-విషయసూచిక

క్ర. విషయము పుట

ముందుమాట 9

రచయిత్రి గురించి నా మాట 17

రచయిత్రి గురించి నా మాట 20

నా మనసులోని మాట 22

శ్రీ పులాజీ బాబా పరిచయము 30

ఉపోద్ఘాతము 42

1. మానవుడే మాధవుడు 55

2. గురువు - సద్గురువు 59

3. భగవంతుడి చిరునామా! 63

4. మనసు 66

5. మనసు - మథనము 73

6. ఆత్మ జ్ఞానం 77

7

7. దేహం – ఆత్మ...83

8. ఆత్మ..99

9. ఈనాటి మనిషి...111

10. భక్తి...121

11. మనిషి – మహాత్ముడు – దేవుడు 130

12. త్రికాల జ్ఞానం 133

13. అమృతం 139

14. బాల్య మిత్రుడు 142

15. స్త్రీ – శక్తి..144

16. జీవితంలో ధ్యానం – దాని స్థానం 155

17. గురు కృప 162

18. పాపం – పుణ్యం 168

19. యజ్ఞం 174

20. మోక్షం 181

ముందుమాట

ఆధ్యాత్మిక ధ్యానమార్గము మన పూర్వీకులు మనకిచ్చిన వరప్రసాదం. అదే మన భారతీయ సంస్కృతి. సదాశివుడు మనకిచ్చిన జ్ఞాన శిఖరం. అదే పరంపరను నడిపిస్తూ ఎందరో మహానుభావులు మహా ఆత్మలుగా వెలసి జ్ఞాన భాండాగారాలను అందించి అవతార పురుషులయ్యారు. యుగానికి ఒక్కరుగా వెలసి ఎందరినో ధ్యాన - జ్ఞాన శిరోమణులను తయారుచేశారు. అట్టి కోవకు చెందిన వారిలో సహజ యోగి శ్రీ పూలాజీబాబా ఒకరు.

శ్రీ పూలాజీ బాబా గారి జీవిత పరమార్థం లోకకళ్యాణం. వారందించిన జ్ఞానోపదేశాలను ప్రతీ ఒక్కరు పరిమళం వలె ఆస్వాదించి కృతార్థులు అవుతారని ఆశిస్తున్నాను.

బాబా గారి బోధనలలో ముఖ్యమైనవి

"సత్కర్మలు చేయండి అదే శ్రేష్ఠమైన నిజమైన ధర్మం"

"ఇతరులకు మీ వంతు సహాయం చేయడం నిజమైన పూజ"

"నిస్వార్థ భావంతో ఇతరులను సంతోషపెట్టేవారే అసలైన ధనవంతులు"

జ్ఞాన సముద్రంలోని ఆణిముత్యాల జ్ఞానరాశుల
శబ్ద కుసుమాలను వెదజల్లుతూ,
క్షణమొక శబ్దపు హరివిల్లును సంధిస్తూ,
జ్ఞాన మాలికల గంధాన్ని పరమళింప జేస్తూ,

"విశ్వకళ్యాణం" (Vishwakalyanam)

చేయిపట్టి నడిపించు తల్లిలా లాలిస్తూ,
తండ్రిలా దండిస్తూ, అన్నలా బుజ్జగిస్తూ,
చెల్లిలా ప్రేమిస్తూ, గురుమాతగా మారి
ఒడిని టుంగుటుయ్యాలగా మార్చి,
ధ్యానముద్రలోన నిదురపుచ్చి,
ఆత్మసాక్షాత్కారాన్ని ప్రసాదించి,
స్వస్వరూప దర్శనం కావించి,
నీలో నీవు కాదు నేనులా నన్ను చూస్తే
నీకంతా నేనే కనపడతానని
చెబుతున్న ప్రత్యక్ష దైవం
ఇలలో వెలసిన సద్గురు రూపం
నమ్మిన వారి కొంగు బంగారం
దీనుల పాలిట దైవ సమానం
భక్తుల కంటి భగవత్స్వరూపం.
శ్రీశ్రీశ్రీ పరమహంస సద్గురు పూలాజీబాబా.

వేదపరిభాష అనంతమైనది. వేదవాక్కులు ఎంతటి సత్యాలో వాటిలోని భావార్థాన్ని స్వానుభవం ద్వారా ఉపదేశమిచ్చారు సద్గురు పూలాజీబాబా. వారి వచనోపదేశాన్ని మామూలు వాడుక భాషలో మీ వరకు అందించే ప్రయత్నమే ఈ పుస్తకం. భూమ్యాకాశాలకు ఉన్నంత భేదం వేదభాషకు, వాడుక భాషకు ఉందనడంలో ఏమాత్రం సందేహం లేదు. భాషాభేదాన్ని చూడటం కంటే వాటిలోని భావాన్ని చూడటమే సమంజసమని భావిస్తున్నాను.

వేదాలలోని వాక్యాలను, వాటి సత్యాన్ని, మహాత్ముల వచనాల ఆధారంగా మీ ముందుంచే సాహసం చేస్తున్నాను కాని ఎవరినీ ఉద్దేశించి కాదు, గమనించ ప్రార్ధన. అజ్ఞానిలోని అంధకారమును తీసివేసి వెలుగులను ప్రసరింప చేసేవే బాబా ఉపదేశములు.

మరుగున పడి వున్న ఆత్మను నిద్రలేపి నిన్ను నీవు తెలుసుకో అని చెబుతున్నట్లుగా ఉంటాయి బాబా ప్రవచనములు. ఆ ప్రవచనాలే నన్ను ప్రేరేపించాయి. బాబా అందించే జ్ఞానమాలికలను మరుగున పడకుండా అందరికి అందాలనే నా చిన్న ప్రయత్నంలో ఒక భాగమిది. బాబా అందించిన జ్ఞాన భంఢాగారాన్ని రాసి పెట్టడం నాకు లభించిన పవిత్రమైన సంతోషకరమైన భగవత్ప్రేమ.

బాబా అందించిన జ్ఞానం అనంతమైనది. ప్రతి నిమిషం క్రొత్త క్రొత్త శబ్దాలను అందించేవారు. రోజు వింటున్నా కూడా ఇంక క్రొత్తగానే, ఇంకా వినాలనే తపన ఏర్పడేది. ప్రతిక్షణము మనము పాఠాలు నేర్చుకునేట్లుగా నూతన అధ్యాయాలను ప్రతి ఉదయము మన జీవితంలో అలవర్చుకొని మన బాటను సరిదిద్దుకుంటూ, జీవితాన్ని సుగమం చేస్తూ గమ్యాన్ని చేరుకోవాలని చెబుతుండేవారు.

"విశ్వకళ్యాణం" అని ఈ పుస్తకానికి పేరు బాబా గారు స్వయంగా సూచించినదే. దీనికి ఆ పేరు పెట్టడానికి కారణముంది. విశ్వమంతా ఈ ఆధ్యాత్మిక జ్ఞానం వ్యాపించాలని ప్రతి ఒకరిలో మార్పు రావాలని బాబా గారి చిరకాలవాంఛ. ఆది అనాది ఆధ్యాత్మిక జ్ఞానాన్ని కూకటివేళ్లతో సహా పెకిలించి దాగి వున్న నిగూఢ సత్యాన్ని వెన్నవలె చూపించారు. ఎలాగంటే మనకు కనపడే చెట్టు మొదలు నుండి చిట్టచివరి కొమ్మ వరకు చూడగలుగుతున్నాము. కాని భూమిలోనికి చొచ్చుకొని పోయి చెట్టును నిలిపి ఉంచిన మూలాలను చూడలేము. అది కనిపించదు కూడ. పైకి కనిపించే చెట్టును నిజమని అంటున్నాము. దానికి ఆధారమిచ్చిన మూలాల్ని మరిచిపోతున్నాము. ఆ ఆధారమే లేకపోతే చెట్టు ఉండేదే కాదు. అదే విధంగా మనకళ్లముందున్న గ్రంథాలు వాటిలోని జ్ఞానం చదవగలుగుతున్నాము. అదే నిజమని నమ్ముతున్నాము. కాని గ్రంథాలు ఎలా వచ్చాయి, జ్ఞానాన్ని ఎవరు అందించారు? ఆధ్యాత్మిక జ్ఞానమేమిటి? దీనిని మనమెలా ఉపయోగించాలి? ఇవన్నీ మనకు నేర్పించేది వేదాలు, శాస్త్రాలు, పురాణాలు ఇతిహాసాలు ఇత్యాదులు కావచ్చు.

మానవ దేహరూపంలో ఉన్న సద్గురువులు, మహాత్ములు కావచ్చు. ఈ ప్రకృతి మన గురువే. సృష్టిలోని ప్రతిజీవరాశి మనకు గురువే. పుట్టిన శిశువు నుండి మరణపు అంచుల్లోకి వెళ్ళేవారు కూడ మన గురువులే. మన జీవితమే ఒక పాఠశాల. గడుస్తున్న ప్రతి రోజు ఒక నూతన అధ్యాయమే. గడిచే ప్రతి నిమిషము ఒక పాఠమే. మన జీవితము ఎపుడు మొదలయింది దాని అంతమెపుడో కూడ మనకు తెలియదు. అందుకే బ్రతికే ఈ కొంతకాలంలోనే మన గురించి మనం తెలుసుకొనే ప్రయత్నం చేయాలి.

ఆది అనాది ఆత్మ గురించి తెలుసుకోవడమే ఆధ్యాత్మిక జ్ఞానం. అన్ని కర్మలకు ధర్మాలకు మించినది మానవధర్మం. దాని గమ్యం పరమాత్మ. పరమాత్మ అనుసంధానమే ఒక గొప్ప యోగం. దాని కోసం చేసే ప్రయత్నమేదైన యోగమే. అందుకే కృష్ణుడు అర్జునున్ని యోగివి కమ్మని ఆదేశించాడు గీతలో. అంతరాత్మ ప్రబోధలతో చేసే కర్మలన్నీ పరమాత్మకు సమర్పించు పూజాపుష్పాలే. మానులాంటి మనిషి మనసు పత్రం. సంశయాత్మకమైన మనసుకు నిశ్చయాత్మకమైన బుద్ధి - పుష్పం. ఫలం అంటే కర్మఫలం. అహంకారం నీరై నారు పోసి మనిషిని చెట్టంత చేసింది. వీటిని అర్పించామంటే మిగిలేది ఆత్మార్పణ ఒక్కటే.

అందరి దేవుడు ఒక్కడేయని, మానవధర్మం ఒక్కటేయని, సత్యమే మన మార్గమని, భూతదయ చూపడమే మన కర్తవ్యమని, ప్రేమను పంచడం మనం ఎంచుకునే మార్గమని ఉపనిషత్తులు సైతం చెబుతున్నాయి. అన్ని ధర్మగ్రంథాలు ఇదే సత్యమును చూపుతున్నాయి. అద్వితీయ శక్తి దివ్యజ్ఞానము మనలో వుందన్న సత్యాన్ని మనమెందుకు మరిచిపోయాము.

దీనికి కారణాలు ఎన్నో ఉన్నాయి. అన్నింటిని ఇక్కడ చెప్పడం వీలుకాదు. సంఖ్య పెరిగే కొద్ది పెరుగు పలచబడినట్లు ఒకటి అనేకమైనట్లు మనుషులలో సృష్టించబడ్డాయి. అదేవిధంగా భగవంతుడి విషయంలో కూడ జరిగి ఉండవచ్చు.

ప్రతి ఒకరు వేదాలు, శాస్త్రాలు, పురాణాలు, ఉపనిషత్తులు, మహాత్ముల ఇతిహాసాలను, ధర్మ గ్రంథాలైన బైబిల్, ఖురాన్, గ్రంథసాహెబ్, భగవద్గీత లాంటి గ్రంథాలను చదివి వాటిలో దాగి వున్న సత్యాన్ని గ్రహించగలిగితే అందరు చూపిన మార్గమొకటేయని, అందరూ చేరే గమ్యమొకటేయని, అందరిలో ఉన్న చైతన్యమొకటేయని తెలుసుకోగలిగితే, మన ఆలోచనలకు రూపమిచ్చినట్లే, మన మెదడుకు పదును పెట్టినట్లే అవుతుంది.

మానవ దేహంలో అద్భుతమైన జ్ఞాననిధి దాగివుందని మహాత్ముల గ్రంథాలు చెబుతున్నాయి. కాని ఈనాడు ఆత్మానుభవ జ్ఞానంతో ఆత్మజ్ఞానాన్ని పొంది అజ్ఞానిని సైతం మేల్కొలిపి ఆత్మ అంటే ఏమిటో తెలియని అమాయకుడికి ఆత్మజ్ఞానమిచ్చి మెదడుపై కమ్ముకున్న అజ్ఞానపు మాయతెరలను తొలగించి జ్ఞాన ప్రకాశాన్ని వెదజల్లారు శ్రీ పరమహంస సద్గురు పూలాజీబాబా.

మానవ మేధస్సు ఒక విశ్వ కేంద్రమని, మేధాశక్తిని ఎవ్వరూ అంచనా వేయలేరని, దివ్యాత్మశక్తి అందరిలో వున్నదని భూలోకాన్ని దివ్యలోకంగా మార్చుకోగల శక్తి మనలో దాగి వుందని బాబా ఉపదేశాలలో చెబుతుంటారు. మనిషి సాధన ద్వారా దివ్య మానవుడిగా మారవచ్చునని, తనని తాను మార్చుకోవచ్చునని, మార్గదర్శకుడు కావచ్చునని, తన జీవితాన్ని పూబాటగా మార్చుకోవచ్చునని శాంతి సమాధానం ఎక్కడో లేవని, ఎవరో ఇస్తే వచ్చేది కాదని అన్ని మనలోనే వున్నాయని ఆత్మసుఖాన్ని ఇక్కడే పొందవచ్చునని బాబా గారు ప్రతి రోజు భోధిస్తుండేవారు.

ప్రత్యక్ష దివ్యాత్మ స్వరూపులయిన బాబా గారి ఉపదేశాల సంగ్రహమే ఈ గ్రంథం. వేదాలలోని జ్ఞానమే కాదు అంతకంటే ఎక్కువ జ్ఞానాన్ని ఎటువంటి గ్రంథాలు చదవకుండానే గత 30 సం॥ల నుండి భోధనల రూపంలో అనుభవ జ్ఞానాన్ని పంచారు తప్ప పుస్తక జ్ఞానాన్ని కాదు. దాదాపు 9-10 సం॥ల నుండి మాత్రమే గ్రంథాలను చదువుతూ

అనుభవ జ్ఞానానికి సాక్ష్యంగా చూపెట్టారు. ఈ గ్రంథములో ప్రతి పుస్తకము నుండి సందర్భానుసారంగా ఉదాహరణాలుగా సాక్ష్యంగా కొన్నింటిని తీసుకోవడం జరిగింది. ప్రతి ధర్మ గ్రంథం సాక్ష్యంగా నిలిచింది. చివరకు పత్రికల నుండి (అంతర్యామి) కొన్ని విషయాలను కూడ ఇందులో తీసుకోవడం జరిగింది.

శ్రీ సద్గురు పూలాజీబాబా తన 30వ ఏట ఆధ్యాత్మిక జ్ఞాన ప్రయాణాన్ని మొదలుపెట్టారు. అజ్ఞానులకు ధ్యాన సాధన ద్వారా ఆత్మజ్ఞానాన్ని అందించిన కరుణామూర్తి. కొన్ని లక్షల మంది సామాన్య ప్రజలకు, నిరక్షరాస్యులకు భోధనల ద్వారా దురలవాట్లనుండి దూరం చేసి మధ్యపాన రహితులుగా, శుద్ధ శాఖాహారులుగా మార్చిన ధీరమూర్తి. మారుమూల గ్రామాలలో దాదాపు 180 పై చిలుకు ధ్యాన కేంద్రాలను స్వచ్ఛంధంగా ఏర్పాటు చేసుకునేట్లు ప్రోత్సహిస్తూ ప్రతి ఊరు ఒక గోకులం కావాలని ఆశించిన జ్ఞానదాత. 94 సంవత్సరాల వయస్సులోనూ అలుపెరుగక జ్ఞానభోధనలు చేస్తూ ప్రతి మనిషీ విశ్వకేంద్రం కావాలని, విశ్వమంతా జ్ఞానం వ్యాపించాలని అభిలషించిన ప్రేమమూర్తి, జ్ఞాన సముద్రుడు.

కలికాలంలో అంతరించి పోతున్న మానవీయ విలువలను సంస్కృతి సంప్రదాయాలను తద్వారా మనుషుల్లో పెరిగిపోతున్న హింసా ప్రవృత్తిని రూపుమాపి లోకకళ్యాణం చేసేందుకు ఓ మహాత్ముడు అవతారపురుషుడై పరబ్రహ్మ స్వరూపుడై మానవ దేహ రూపంలో వెలసిన ప్రత్యక్షదైవం శ్రీశ్రీశ్రీ పరమహంస సద్గురు పులాజీ బాబా. ఆత్మజ్ఞానం సముపార్జించిన మహామనిషి. సహజసిద్ధంగా లభించిన జ్ఞానము ద్వారా ధ్యానసాధన చేసి ఆత్మసాక్షాత్కారాన్ని పొందిన యోగి శ్రీ పూలాజీబాబా. సాదా సీదాగా వుంటూ ఆత్మజ్ఞానాన్ని పంచిన సహజయోగి పూలాజీబాబా. మారుమూల గ్రామంలో ఉంటూ బురదలో పుట్టిన కలువలా వికసించిన ఋషి పూలాజీబాబా.

ఈశ్వర తత్వాన్ని సముపార్జించిన అవధూత.

అనుభవ జ్ఞానంతో కొన్ని వేల మంది భక్తులకు సత్సంగాల ద్వారా, ప్రవచనాల ద్వారా మార్గదర్శకం చేసిన అవతార పురుషుడు. అఖండ అవినాశియైన పరమాత్మ అన్ని ప్రాణులలో ఆత్మ రూపంలో అమరి ఉన్నాడని, చరాచర జీవరాశి అంతా పరమాత్మ ప్రతిరూపాలే అని అందరిలో అతడు నిండి వున్నాడని, ఆత్మయే అతడి రూపమని అనుభవజ్ఞానాన్ని భోధించేవారు బాబా. పంచ భూతాధారమైన పరమాత్మ స్వరూప ఆత్మను ప్రతి ప్రాణిలో దర్శింపచేస్తూ ధ్యానమార్గాన్ని చూపెడుతూ జ్ఞానోపదేశముల పరిమళములను వెదజల్లారు.

శ్రీ ఫులాజీ బాబా పశుపక్ష్యాదులను సైతం ప్రేమించే కరుణామయుడు, భూత దయాసముద్రుడు. స్వప్నాలలో దర్శనమిచ్చి వారి సంకటాలను దూరం చేసిన మహనీయుడు. ఆత్మశక్తి జాగృత పరిచి దుర్గుణాల నుండి విముక్తులను చేసిన ప్రేమమూర్తి. జాతి భేధాలను మరిపించి మానవులంతా ఒక్కటేయని, అందరిలో నిలిచి వున్న ఆత్మ ఒక్కటేయని చాటి చెప్పిన ఐక్యతామూర్తి, ధీరమూర్తి. సత్యమే ధ్యేయంగా, సత్యమే ఆయుధంగా, సత్యమే మార్గంగా మలిచి సత్యానికి తలవంచమని ప్రేమను పంచుతూ, భూతదయ చూపుతూ, క్రోథంతో సాధించలేనిది ప్రేమతో సాధించవచ్చని ఉపదేశమిచ్చిన ఆధ్యాత్మిక ప్రేమ పిపాసి.

బాబా అందించు జ్ఞానం వేదాలకతీతమైనది. మహోన్నత శక్తి కలది. ఈ ఆత్మజ్ఞానం అరటిపండు వలచి నోటిలో పెట్టినట్లు చెబుతున్నా మనకు అర్థం కాకపోవడానికి కారణం మన ఆలోచనాశక్తికి అందనంత దూరంలో వున్నట్లు అనిపిస్తుండటం, స్వార్థపు వలయాల ఆకర్షణశక్తి నివురులా కప్పబడి వుండటం వల్ల ఆత్మాగ్నిజ్వాలల వెలుగులు వెలుపలకు రాలేకపోతున్నాయి.

ఏకాస్తో వెలుపలకు వచ్చిందనుకుంటే సంసారపు బంధాల చక్రాలు చుట్టుముట్టడం మరో కారణం కావచ్చు. సమాజపు జనారణ్యంలో మంచికి తావులేకుండా పోయింది. సత్యానికి నిలువ నీడ లేకుండ

చేస్తున్న రోజులివి. అయిన మహాత్ముల నీడలో వారి కనుసన్నలలో ఎంతటి సంకటాలనైనా ఎదుర్కొనే సామర్థ్యాన్నిస్తూ శాంతి నిలయాలుగా మనసులను మార్చగలిగారు పూలాజీ బాబా.

సాక్షాత్తూ భగవంతుడే ఎదురుగా వచ్చి నీకేం కావాలో నీవు దానిని పొందవచ్చని చెబుతున్నట్లుగా, నీటిబొట్టులా వేరుగా కనపడేకంటే సముద్రపు నీటిలో కలిసిపోతే నీవెవరో కాదు నాలోనే వున్నావన్న సత్యాన్ని చెబుతున్నట్లుగా నీవు నీలో కాదు నేనులా నన్ను చూస్తే నీకంతా నేనే కనపడుతానని చెబుతున్నట్లుగా అనిపించేది.

Babaji family

రచయిత్రి గురించి నా మాట

ఇక్కడ నన్ను నేను పరిచయం చేసుకుంటూ రచయిత్రి గురించి నాలుగు మాటలు రాయడానికి పూనుకున్నాను.

నేను విశ్రాంత హిందీ ఉపన్యాసకున్ని. నా పేరు సారంగపాణి. మాది కాగజునగరు. నేను 1967 నుండి 1976 వరకు ఆ తరువాత 1981 నుండి 1987 వరకు కాగజునగరులో పనిచేసాను. నేను వ్యక్తిగతంగా విద్యార్థుల తల్లిదండ్రులకు ఆ రోజుల్లో ఓ ఉపాధ్యాయునిగా సుపరిచితుణ్ణి.

ఈ పుస్తక రచయిత్రి తల్లిదండ్రులు వారి పిల్లలకు నేను సుపరిచితున్ని. తండ్రి మునుస్వామి గారు నాకు బాగా పరిచయమున్నవారు. రచయిత్రి ఉషారాణి, ఆమె ముగ్గురు అక్కలు నాకు శిష్యురాండ్రే.

నేను పదోన్నతిలో ఉమ్మడి ఆదిలాబాదు జిల్లా మందమర్రి పట్టణంలో పనిచేసి రిటైరైన తరువాత హనుమకొండలో కుటుంబంతో ఉంటున్నాను. ఉషా తండ్రి గారు నాకు అనేక సార్లు కలిసేవారు. కలిసినప్పుడల్లా తన నలుగురు కూతుర్లు తమ కుటుంబాలతో ఇక్కడే ఉంటున్నారని చెప్పారు. అనుకోకుండా ఈ పుస్తక రచయిత్రి నాకు ఫోన్ చేసి మా ఇంటి అడ్రస్ తెలుసుకొని మా ఇంటికి వచ్చి తన గురించి తన కుటుంబ సభ్యుల గురించి అన్ని వివరాలు వివరించి తన భర్త విద్యుత్తు కార్యాలయంలో జనరల్ మేనేజర్‌గా ఉద్యోగం చేస్తున్నట్లు చెప్పింది.

కొంతకాలం ఆదిలాబాద్ ఉమ్మడి జిల్లాలోని ఉట్నూర్‌లో పనిచేస్తున్న సమయంలో పాట్నాపూర్ అనే గ్రామానికి చేరువలోని ఆశ్రమంలో పూలాజీ బాబా అనే గొప్ప సాధువు, ఆధ్యాత్మికవేత్త వున్నాడని తెలిసి పుస్తక రచయిత్రి ఉషారాణి తన భర్తతో అనేకసార్లు ఆయన్ని దర్శించుకున్నట్లు చెబుతూ ఆయన కృప వల్ల తనకు ధ్యానపద్ధతులతో పాటు అనేక ఆధ్యాత్మిక విషయాలు తెలిసినాయని చెప్పింది.

కాగజునగరులో నాకు ఎప్పుడూ చలాకీగా కనిపించే ఉషా ఇలా అనేక విషయాల మీద చక్కని జ్ఞానం సంపాదించి తనూ ఆధ్యాత్మికవేత్తగా మారడం నన్ను సంభ్రమాశ్చర్యాలకు గురి చేసింది. మళ్లీ ఒక రోజు మా ఇంటికి వచ్చిన ఉషా తాను పూలాజీ బాబా మరాఠీలో చెప్పిన వాటిని తెలుగుభాషలో ఆయన ఆశీర్వాదబలంతో ఒక పుస్తకంగా రాశానని చెబుతూ కొన్నింటిని నాకు చదివి వినిపించింది. దీన్ని మొదట టైపు చేయించమంటూ పుస్తకంగా తయారుచేసే కొన్ని పద్ధతులు చెప్పాను. ఆ తరువాత డి.టి.పి. చేయడంలో మళ్లీ టైపు చేసిన అంశాలన్నింటిని పుస్తకంగా మార్చడంలో ఘనాపాటైన నా మిత్రుడు మార్గం శ్రీనివాసులు గారిని పరిచయం చేశాను. ఆయన వద్ద టైపు చేసిన వాటిని చదివి అక్కడక్కడ దొర్లిన పొరపాట్లను సరిదిద్దడానికి తెచ్చిన ఉషలో నేను, ఆధ్యాత్మిక విషయాలపై అవగాహన ఉన్న నా మిత్రులు కొందరిని పిలిపించి ఈ అంశాలను వారితో నీ ముందు చర్చిస్తే బాగుంటుందని సలహా ఇచ్చాను. అందుకు ఉష ఒప్పుకోవడంలో నాకు మంచి పరిచయస్థులు నేను రాసిన అనేక పుస్తకాలకు మార్గ నిర్దేశం చేసిన సాహిత్యాభిలాషి, ఆధ్యాత్మికవేత్త అనేక పుస్తకాలు రచించిన గొప్ప రచయిత డా॥ హరి సనత్కుమార శాస్త్రి, భగవద్గీత మరియు ఇతర పురాణాల మీద చక్కని అవగాహన కలిగున్న నా మిత్రుడు విశ్రాంత ఎమ్మార్వో శ్రీ తిరునగరి వేదాంత స్వామి, కేవలం సంగీతజ్ఞుడే గాక, వేదాలు, రామాయణ భారత భాగవతాల మీద ఉపన్యసించగలిగే శ్రీ

బి. ఉషారాణి (B. Usha Rani)

వేదాంతం జగన్నాథాచార్యులు, సద్విమర్శకులు, అనేక విషయాలపై మంచి జ్ఞానంతో పాటు, కొత్త విషయాలు తెలుసుకోవాలనుకునే జిజ్ఞాసపరుడు శ్రీ రాజమహమ్మద్ గారు, అన్నింటిని శ్రద్ధగా ఆలకించి జ్ఞానాన్ని పెంచుకునే మిత్రులు శ్రీ చంద్ర ప్రభాకర్ మరియు శ్రీ కుసుమ రమేశ్ గార్ల ఎదుట శ్రీమతి ఉషారాణి తను తీసుకురాబోయే పుస్తకంలోని అంశాలను క్లుప్తంగా వివరించి పెద్దలడిగిన పుస్తకంలోని అంశాల్లో అనేక సంశయాలను అడిగినప్పుడు ఓపికతో వాటన్నింటికి సమాధానాలు యిచ్చింది.

పుస్తక రచయిత్రి ఉష సమాధానాలు నన్ను ఆనందసాగరంలో ఓలలాడింపజేసాయంటే నమ్మండి! ఎందుకంటారా... నా శిష్యురాలు ఇంతటి లోతైన ఆధ్యాత్మిక విషయాల మీద ఇంత చక్కని జ్ఞానాన్ని ఏర్పరుచుకోవడం సామాన్యమైన విషయం కాదని నాకు తోస్తుంది.

ఏమైనా, నా శిష్యురాలైన శ్రీమతి ఉషారాణి ఇంకా ఇలాంటి అనేక పుస్తకాలు రాయాలని మనఃపూర్వకంగా ఆశీర్వదిస్తున్నా.

తన సహచరినిని ప్రోత్సహించి, చక్కని గ్రంథ రచనకు తన తోడ్పాటునందించిన శ్రీ బి.బి. సింగ్ గారికి ప్రత్యేక ధన్యవాదాలు.

- శ్రీ పరికిపండ్ల సారంగపాణి
విశ్రాంత హిందీ ఆచార్యులు
హన్మకొండ
సెల్ : 98496 30290

రచయిత్రి గురించి నా మాట

శ్రీశ్రీశ్రీ పరమహంస సద్గురు పూలాజీ బాబా విశ్వ కళ్యాణం కోసం తపించిన మహాత్ములు ఆయన ఆలోచనామృతంలో తడిసిన ధన్య జీవి శ్రీమతి ఉషారాణి. 1992 నుంచి వారు మరాఠీలో అందించిన సందేశాలను విని తెలుగులోకి అనువదించుకుంటూ ఎప్పటికప్పుడు గ్రంథస్థం చేసిన ఓ గొప్ప గృహిణి. ఆమెతో బాబా ఎన్నో విషయాలు వ్యక్తీకరింపచేశారు. అలా వ్యక్తీకరించిన 30 ఏళ్ల అనుభవజ్ఞానం 12 డైరీలలో నిక్షిప్తం చేసుకుంది, వాటిలోని సారాంశమే ఈ విశ్వకళ్యాణం.

అంటే మీరు ఓ మహాత్ముడి జీవితానుభవాలు ఈ దివ్య జ్ఞానామృతం సముద్రంలో మునిగి ఆనందించాలని ఆమెలో తపన ఈ ఆనందం శబ్దాల కతీతం. ఈ అమృత బిందువులు ఆమె మనస్సులో మథనం ఇవాళ పుస్తక రూపంలోకి రావడానికి మా మిత్రులు శ్రీపరికిపండ్ల సారంగపాణి గారు.

ఈమె ఎవరో, ఆ బాబా ఎవరో, ఈ సారంగాణిగారెవరో, మా డిటీపీ చేసిన శ్రీనివాస్ ఎవరో, నేనెవరినో ఈ అనుబంధాలు ఎవరికీ తెలయదు. మహాత్ముల ఆత్మలు ఎవరు ఏ పనులు చేయగలరో చాలా బాగా గుర్తిస్తాయి. వాళ్లతో తాము అనుకున్న కార్యక్రమాన్ని సాధిస్తారు. దీన్నే ఆవాహన అంటారు. ఇది ఎవరో శుద్ధాత్ములైన వారికే సాధ్యం. బాబా ఎన్నో ఏళ్లక్రిందట నువ్వు తప్పక ఈ పుస్తకం ముద్రిస్తావన్నారు. ఎన్నో ఏళ్లతరువాత ఇది పుస్తకమైంది.

ఎందరో మహాత్ములు తమ జ్ఞానామృతం మనకోసం పంచుతునే ఉన్నారు. మనం గ్రోలుతునే ఉన్నాం. విన్న కొంతకాలానికి మరిచి పోవడం సహజం. దీన్ని పుస్తక రూపంలో తేవాలనే పడిన మానసిక వేదనా స్థితి కృత్యాద్యవస్థ. రచయిత్రిలో ఈ వేదన మన్మధనం చేసింది.

రచయిత్రి ఈ అమృత బిందువులనుఒడిసి పట్టుకుంది, వాటిని ఈ విశ్వకల్యాణం అనే పుస్తక రూపంలో తరువాత తరానికి పంచే ప్రయత్నంలో కృతకృత్యురాలైంది. జ్ఞానం ఉండటం కాదు ఉన్న జ్ఞానం పంచడం చాలా ముఖ్యం. ఇది పంచితే పెరుగుతుంది. పంచకపోతే కనుమరుగవుతుంది. అస్తులు మనం పంచినట్లు మహాత్ములు తమ జిజ్ఞాసను పంచుతూ వుంటారు. మానవులంతా దేవతలే "క్షీణే పుణ్యే మర్త్యలోకే వసంతి" అని శాస్త్రము మళ్లీ మనం సత్కర్మలు ఆచరిస్తే దివ్య మానవుడిగా మారుతాం. దైవం మానుషరూపేణా అంటే ఇదేనేమో ఈ మార్పు మహాత్ములు కోరుకుంటారు. అందుకే తమ సందేశాలను భక్తులకు పంచుతారు. వారు తరువాత తరానికి అందిస్తారు. అలా పరంపరగా పంచే దివ్యజ్ఞానాన్ని మహాత్ములు దివ్య వాక్కుల్లో చెపితే చలించిన ఎవరో ఒకరు భక్తులు తరువాత తరానికి అందిస్తారు. రచయిత్రి ఇది రాయడానికే పుట్టి ప్రపంచానికి అందించారనేది సత్యం. వీరిని ప్రోత్సహిస్తున్న ఆమె భర్తను అభినందిస్తున్నాను.

రచయిత్రి మరెన్నో ఆధ్యాత్మిక గ్రంథాలను రాయాలని ఆశీర్వదిస్తూ.

శుభం భూయాత్

తేది : **14.11.2023**

డా॥ హరి సనత్కుమార శాస్త్రి
ప్రిన్స్‌పాల్ డిగ్రీ కాలేజ్ (రిటైర్డ్)
2-7-401, ఎక్సైజ్ కాలనీ
హనుమకొండ **-50601**
98493 92400

నా మనసులోని మాట

ఇది వ్రాయడానికి మూలకారణం నన్ను నేనుగా నిరూపించుకోవడం. అందరిలో ఒకింత వేరుగా ఉంటూ, ఒకరిని చూసి నేర్చుకోవడం కంటే నన్ను చూసి "అరె ఉంటే ఇలా ఉండాలి" అనుకునేట్లుగా ప్రత్యేకంగా ఉండాలని ఆశించే వారిలో నేను ఒకదానిని.

ఇక విషయానికొస్తే బాబా గారి అమృతోపదేశ వచనాలు మనల్ని ప్రభావితం చేసేవిగా ఉన్నా కూడ వాటిని ఒక చెవిన విని మరో చెవి ద్వారా బయటికి వెళ్ళి గాలిలో కలిసిపోతూ వృథా అయిపోతున్నాయని, అమృతతుల్య శబ్దమాలికలను ఒక దండగా మార్చి ఇతరులకు ఉపయోగపడే విధంగా కావాలనే నా ఆకాంక్షను బాబా గారు పుస్తకరూపంలో జాగ్రత్తగా పదిలపరిచారు. అపుడపుడు బాబా అంటుండే వారు "జీకే మరనా మరకే భీ జీనా" ఈ వ్యాఖ్యార్థం నాకు మొదట అర్థం కాలేదు. మనిషి బ్రతికి వుంటూ ఏదో ఒకరోజు మరణించక తప్పదు. చచ్చిన తరువాత ఎలా బ్రతుకుతారని నాకు సందేహంగా వుండేది. కాని ఆ సందేహం ఎన్నో రోజులుండలేదు. ఇతరులకుపయోగపడని మనిషి బ్రతికున్న చచ్చినవాడికింద లెక్క. అదే మనిషి బ్రతికి వుండి పదిమందికి ఉపయోగపడే పనులు చేస్తూ, మంచిని సంపాదించగలిగి, చచ్చిన తరువాత ఆ మంచితనమే తనని బ్రతికించుతుందని నాకర్థమయింది. దీన్నే మరణించి జీవించడం అంటారు. అందుకే ఈ శబ్దాలనే నా జీవితాశయంగా భావించి

నేను ఏదో ఒకటి చేయాలి అందరిలో మార్పు వచ్చే పని చేయాలని నిశ్చయించుకొన్నాను. నా నిశ్చయానికి పునాది వేసారు బాబా. మావారి అన్ని విధాల సహకారం నన్ను మరింత ముందుకు నడిపించి ఈ గ్రంథ నిర్మాణానికి దోహదం చేసారు.

మరో ఆశ్చర్యకరమైన విషయమేమిటంటే బాబా ఉపదేశమంతా మరాఠి మరియు హిందీ భాషలో ఉంటుంది. అయిన అప్పటికప్పుడు బాబా గారి ముఖవర్చస్సు నుండి వెలువడిన వచనామృతాన్ని తెలుగు భాషలోకి అనువదిస్తూ ఈ కాగితాలపై పొందుపర్చడం. ఇది నా వల్ల అయ్యేపని కాదు కాని ఇదెలా సాధ్యమయిందో నాకు తెలియదు. బాబా మరాఠి హిందీ భాషలలో చెబుతుంటే అప్పటికప్పుడు తెలుగులో ఎలా వ్రాసానో నా పెన్ను ఎలా ముందుకు వెలుతుందో? ఏదో శక్తి (కృప) నాలో ఉండి నా పెన్నును ముందుకు నడిపిస్తూ కాగితం మీద అక్షరాలు తయారయ్యేవి. నేను నిమిత్తమాత్రురాలిని. బాబా నాలో ఉండి నన్ను నడిపిస్తూ నాతో వ్రాయించారు తప్ప నేను స్వయంగా ఏది వ్రాయలేదు. వ్రాయలేను కూడా. నేను సాధారణ గృహిణిని మాత్రమే.

బాబా గారి ఆశీర్వాదమనే ఆయుధం నా చేతిలోని కలం ఈ అక్షరాలను కూర్చింది తప్ప ఇందులో నా ప్రమేయమేమీ లేదు. కేవలం నేను చేతిలోని కలమునే కాని ఈ కలమును నడిపించే 'సిరా' మాత్రం ఈ గ్రంథంలో పేర్కొన్న ముత్యాలసరాలన్నీ బాబా ప్రసాదమే.

(ది: **16.02.2010** నాడు బాబా మమ్మల్ని ఉద్దేశించి చెప్పిన వాక్యాలివి).

"నన్ను మీలో ఒక్కరిగా చూస్తున్నారు. కాని నన్ను నన్నుగా చూడండి. అపుడు నేనెవరో మీకర్థమవుతుంది. ఈ విశ్వాన్ని మనిషి చూడగలిగాడు. తెలుసుకోగలిగాడు. మనిషే దేవుడుగా మారగలడు. నా ఈ కార్యం విశ్వాన్ని కదిలించేదిగా వుంటుంది. పంచమహాభూతాలు అంతట ఎలా వ్యాపించి వున్నాయో అదేవిధంగా నేను అందరిలో వున్నాను ఆత్మరూపంలో. ఎవరు నన్ను చూస్తారో వాళ్లకు నేను కనపడతాను. శరీరంతో నన్ను చూస్తే

పూలాజీబాబాగా కనపడతాను. శరీరాన్ని కాక ఆత్మరూపంలో చూడండి. విశ్వమంతా కనపడతాను. అగ్నిని నేనే వాయువును నేనే, జలమును నేనే, భూమినీ నేనే, ఆకాశాన్ని నేనే. నన్ను విడిచి మీరు ఎక్కడికి వెళతారు. అంతటా నేనే వ్యాపించి వున్నాను.

మన బంధం ఈనాటిది కాదు. ఎప్పటి నుండో మనము ఒక దగ్గర కూర్చొని ఉన్నాము కావచ్చు. అందుకే మీ ద్వారా ఇన్ని పనులు చేపిస్తున్నాను. దీనినే ఋణానుబంధమంటారు. ఎన్నెన్నో జన్మల నుండే మనమందరము కలిసి వస్తున్నాము. అందుకే మిమ్మల్ని ఇక్కడికి తీసుకొచ్చి కూర్చోపెట్టాను. ఎప్పటి నుండి కలిసి వస్తున్నామో, ఇంకా ఎక్కడిదాకా వెళతామో కూడ తెలియదు. మీరు నేను నిమిత్తమాత్రులం.

ఆనాటి కృష్ణుడు నేనందరిలో వున్నానని, ఎవరు నన్ను ఆర్ద్రతతో చూస్తారో వారికే నేను కనపడతానని అన్నారు. అలాగే ఈనాడు నన్ను నన్నుగా ఎవరు చూస్తారో వారికే నేను కనపడతాను. మరి ఇంతమంది ఇక్కడికి వస్తున్నారు కదా! వారందరు ఈ పనులెందుకు చేయడం లేదు. ఎందుకంటే వారందరు నన్ను కోరికల వరకే చూస్తున్నారు. అందుకే వారికి కోరికల వరకే కనపడతాను పూలాజీబాబాగా. అదే మీరు అలా కోరుకోవడం లేదు కదా! మీరు కృష్ణుడిలా చూస్తున్నారు. ఎవరి దృష్టి ఎలా వుంటే వారికలాగే కనపడతాను. అంతెందుకు ఇంట్లోవాళ్లు నన్ను అలా చూడటం లేదు. నా మాటలు వినరు. అందుకే ఇంట్లో ఎక్కువ వుండను. నేను మీ ఇంటికే ఎందుకు వచ్చి కూర్చుంటాను? మీరు నన్ను కోరుకుంటున్నారు. నేను మిమ్మల్ని కోరుకుంటున్నాను. ఎవరింటికి ఎందుకు వెళ్లను. వారు నన్ను వారి దృష్టితో చూస్తారు. కాని మీరు నా దృష్టితో చూస్తున్నారు. అందుకే మిమ్మల్ని ఇక్కడికి తీసుకొచ్చాను. మీతో ఇన్ని పనులు చేయిస్తున్నాను. మీరు నిమిత్తమాత్రులే. చేసేది చేయించేది అన్నీ నేనే."

మహాత్ములు పలికే ప్రతి శబ్దం మనం వింటుంటే మనకు మంచి చేస్తూ చెడు చేసే విషయాలను దునుమాడే ఒక శస్త్రంలా పనిచేస్తుంది. ప్రతి పలుకు ఒక మంత్రంలా మనల్ని ముగ్ధులను చేస్తుంది. వారు

కోపంలో కండ్లు చింతనిప్పులా చేసి మాటల తూటాలు వర్షించిన మన సంకటాలను దూరం చేస్తాయి. వారి ప్రతి కదలికలో ఏదో ఒక కారణముంటుంది. మనం చేసే కర్మలు, మన అంతరంగం వారు చూడగలుగుతారు. ఇది రాయడానికి ముందు నా గురించి కొంతవరకు చెప్పాలని అనిపించింది. దయతో సానుకూలంగా ఆలకించండి.

నా పేరు ఉషారాణి. మా వారి పేరు బి.బి. సింగ్. మా తల్లిదండ్రులు శ్రీమతి సరోజ మునుస్వామి గార్లు. నేను పుట్టి పెరిగి చదువు పూర్తి చేసింది సిర్‌పూర్ కాగజ్‌నగర్, ఉమ్మడి ఆదిలాబాద్ జిల్లా. వరంగల్ జిల్లా నర్సంపేట మా అత్తగారి ఊరు. కీ.శే. బి. మంగ్యాజీ, కనకమ్మ గార్లు నా అత్తమామలు. మా వారు **1993** సం॥లో ఆయన ఉద్యోగరీత్యా ఉట్నూర్ రావడం జరిగింది. (T.S.N.P.D.C.L లో AE గా Jion అయ్యారు. ప్రస్తుతం GM, Coml Post లో ఉన్నారు.) మేము ఉట్నూర్ రాకముందు మేము దేవుళ్లను గాని, బాబాలను గాని నమ్మేవాళ్లము కాదు. ఒకసారి మావారు పాట్నాపూర్ (బాబా వాళ్ల ఊరు) వెళ్ళినపుడు బాబా వాళ్ల పొలంలోనే కరెంట్ కట్ చేసారు బిల్ కట్టలేదని. అక్కడి వాళ్లు అరె బాబా వాల్లది తీస్తే ఎలా అంటే మా వారు "బాగా గీబా హమ్ కుఛ్ నహీ జానతే, ఇది మా విద్యుక్త ధర్మం" అన్నారు. ఆ తరువాత వాళ్లు కరెంట్ బిల్లు కట్టడం, మా వారు కనెక్షన్ ఇవ్వడం జరిగింది. ఆ సమయంలోనే బాబా గురించి మా వారు కొంత విషయ సేకరణ చేయడం జరిగింది. ఆ తర్వాత లింగాపూర్ వాస్తవ్యులయిన అజ్మీర గోవింద్ నాయక్ (Ex MLA) అనసూయ బాయిలతో (వరుసకు అన్నయ్య వదినలవుతారు) కలిసి మొదటిసారి పాట్నాపూర్ వెళ్ళాము. బాబా గురించి అంతకు పూర్వము నాకు ఏమి తెలియదు. అలా మొదటి సారి మేము బాబాను దర్శించి ఆశీర్వాదము తీసుకున్నాము.

బాబా ప్రవచనము వినిన తరువాత మాలో ఏదో మార్పు అనిపించింది. బాబాలకు, సాధుసంతులకు వ్యతిరేకంగా ఉన్న మా వారిని బాబా బోధనలు ప్రభావితం చేసాయి. రెండు నెలల వ్యవధిలోనే శుద్ధ

శాఖాహారిగా మారిపోయారు. ఆ తరువాత నేను ఒక అనుభవం ద్వారా పూర్తిగా శాఖాహారినయ్యాను. మాకు ఈ ఆధ్యాత్మిక మార్గాన్ని చూపించిన గోవింద్‌నాయక్ దంపతులిద్దరికీ ఎప్పుడూ ఋణపడి ఉంటాము.

ఇక అప్పటినుండి బాబా దగ్గరకు వెళ్ళడం ప్రవచనాలు వినడం ఇలా సాగింది మా ఆధ్యాత్మిక ప్రయాణం. 1999 ఉట్నూర్‌లో బాబా మాకు (వాళ్ల కొడుకు ఇంటి దగ్గరే) చూపించిన స్థలంలో ఇల్లు కట్టుకొని 2000 సం॥ జూన్‌లో బాబా గారి అమృతహస్తాలతో మా ఇంటి గృహప్రవేశం జరిగింది. ఇది మాకు లభించిన మధురానుభూతి, మా సౌభాగ్యం కూడా. అక్కడ మేము నివసించసాగాము. అప్పటి నుండి పాట్నాపూర్‌లో మరియు ఉట్నూర్‌లో ఎక్కువగా ఉంటూ వచ్చారు. బాబా పెద్ద కొడుకు వ్యవసాయం చేసుకుంటూ ఉట్నూర్‌లోనే ఉండేవారు. అందుకని బాబా ఇక్కడే ఎక్కువగా ఉండేవారు.

బాబా ఉట్నూరులో ఉంటున్నపుడు ఎక్కువగా మా ఇంట్లోనే కూర్చునేవారు. వారితో సాన్నిహిత్యం పెరిగింది కనుకనే నేను ఇదంతా వ్రాయగలిగాను. 2001 నుండి 2012 వరకు బాబా ఉట్నూర్‌లోనే ఉన్నారు. మా వారికి బదిలీ అయినా కూడా తనొక్కడే వెళ్లారు కాని నేను మాత్రం పిల్లలతో ఉట్నూర్‌లోనే ఉంటూ బాబా ప్రవచనాలను వ్రాసి ఉంచే దానిని. మా వారు ఒంటరిగా తనొక్కరే కష్టపడ్డారు. నన్ను మాత్రం బాబా సాన్నిధ్యంలో ఉంచి ఆధ్యాత్మికంగా నన్ను ప్రోత్సహించి నాకు సహకరించినందుకు మా వారి సహధర్మచారిణిగా ఉన్నందుకు నన్ను నేను అదృష్టవంతురాలిగా, ఏ పూర్వజన్మ పుణ్య ఫలితంగా భావిస్తూ బాబా కృపకు పాత్రురాలి నయినందుకు కూడా మా వారి త్యాగఫలితంగా నా జన్మ తరించింది అని భావిస్తున్నాను.

బాబా పలికే శబ్దాలను అన్నింటిని మెదడులో నిక్షిప్తం చేయలేము. కాబట్టి కొన్ని మాత్రమే గుర్తుంటాయి. మరి మొత్తం మరిచిపోకుండా ఉండాలంటే ఏం చేయాలని ఇంటికి వెళ్ళిన తరువాత ఆలోచించి జ్ఞాపకమున్న వాటిని వ్రాసి ఉంచాలని ప్రయత్నించాను. కాని ఒక్క

అక్షరం వ్రాయలేకపోయాను. ఇలా చాలాసార్లు ప్రయత్నం చేసి చూసాను నా వల్ల కాలేదు. ఒకసారి ధైర్యం చేసి బాబాగారితో ఇదే విషయాన్ని చెప్పాను. “బాబా మీరు చెప్పిన వాటిని అక్షరాలలో పెట్టాలంటే నావల్ల ఎందుకు కావడం లేదు” అన్నాను. అందుకు బాబా నవ్వుతూ “ఇవి వ్రాయాలంటే అక్కడి నుండి (పైకి చూపెడుతూ) దేవుడి ఆజ్ఞ రావాలి. అంతవరకు మనమెంత ప్రయత్నించినా ఏమీ చేయలేము” అన్నారు. మరి నేను రాయాలంటే ఏం చేయాలని మళ్లీ అన్నాను. “కొన్ని రోజులు వేచి చూడు” అన్నారు బాబా. ఇది జరిగంది **2000** సం॥లో.

ఆ తరువాత ఉట్నూర్ ధ్యానకేంద్రములో మొదటిసారి బాబా గారి పుట్టినరోజు **2002** ఆగష్టు **30** న కార్యక్రమం చేయ నిశ్చయించారు. పుట్టిన రోజుకు ముందు రోజున **(29.08.2002)** బాబా చాలా కోపంతో ఉన్నారు ఊరివాళ్ల విషయంలో. ఉదయం లేచిన దగ్గర్నుంచి కోపంగానే ఉన్నారు. గణపతి గురూజీ వచ్చి “బాయీ నీవు బాబా కోసం వంటచేయి నేను బాబా గారిని భోజనానికి ఇక్కడికే ఆహ్వానిస్తున్నాను. కొంతవరకు బాబా శాంతపడతారు” అని అనగానే సంతోషంగా సరే అన్నాను. తొందర తొందరగా వంట చేసి పిలువమన్నాను. అయిన లోలోపల భయంభయంగా ఉంది బాబా గారిని రుద్రరూపంలో చూడాలంటే.

ఆతృతతో ఎదురు చూస్తుండగానే గణపతి గురూజీ బాబా గారిని తీసుకొచ్చారు. బాబా నడుస్తూ కూడ తిడుతూ వస్తున్నారు. అప్పుడు నా గుండె ఆగినంత పనయింది. వచ్చి అందరూ కూర్చున్నారు. వడ్డించడం మొదలు పెట్టాను. గురూజీ మరియు బాబా గారు పక్కపక్కన కూర్చున్నారు. అయినా ఊరివాల్లను తిడుతూనే ఉన్నారు. అలా భోజనం పూర్తి చేసారు. చేతులు కడగడానికి నీళ్లు పోస్తుండగా బాబా అన్నారు “బాయీ ఎపుడయినా భోజనమయిన తరువాత చేతి మీద నీళ్ళు పోయకూడదు. ఈ నీళ్ళు పోయడం వెనుక ఒక కథ ఉంది” అని అలా కూర్చొనే ఆ కథ చెప్పారు. (నిడివి సరిపోనందున ఈ కథ ఇక్కడ వ్రాయడం లేదు) అది పూర్తి చేసి “చేతి మీద నీళ్ళు

పోయడమంటే ఇక మీకు మాకు ఏ సంబంధమే లేదు అని నీళ్ళు అర్పించడమన్నమాట" అని చెప్పారు. ఆ సమయంలో బాబా ముఖం వింతగా తేజోమయంగా కనపడింది. అపుడే అన్నారు బాబా "బాయీ ఇక ఇప్పటినుండి వ్రాయడం మొదలుపెట్టు" అన్నారు. అదే ప్రసాదంగా భావించాను. అంతవరకు కోపంగా ఉన్న బాబా గారు శాంతంగా కనిపించారు. ఆ తరువాత కార్యక్రమం చాలా బాగా జరిగింది.

ఇక అప్పటి నుండి నేను వ్రాయడం మొదలుపెట్టాను. అలా బాబా గారి చరిత్రను (మరాఠి) తెలుగులో వ్రాద్దామనుకొని పెన్ను డైరి తీసుకొని మొదలుపెట్టాను. మరాఠి చరిత్ర చదువుతూ దాని అర్థాన్ని తెలుగులో వ్రాయడానికి పెన్ను పట్టగానే ఆ పెన్ను దానికదే గబగబా ముందుకు సాగిపోయేది. నేనేమి వ్రాస్తున్నానో నాకే అర్థం కాకపోయేది. కాని మొత్తానికి ఏ మాత్రం తేడాలేకుండా వ్రాసాను. నేను కాదు నాతో బాబా రాయించారు. అలా మరాఠి చరిత్రతో మొదలుపెట్టి అప్పటి నుండి బాబా చెప్పే ప్రతి విషయాన్ని పుస్తకంలో పొందుపర్చడం మొదలుపెట్టాను. మరాఠి చరిత్ర గురూజీ రెండవసారి విపులంగా వ్రాసిన చరిత్రను గురూజీ ఇక్కడే (ఉట్నూర్‌లో) 15 రోజులుండి అర్థం చెబుతుండగా (హిందీలో) నేను తెలుగులో వ్రాయడం జరిగింది.

అటు తరువాత అప్పటినుండి ఇప్పటివరకు అంటే 2002 నుండి 2018 వరకు బాబా సమాధికి ముందు డిసెంబరు 8వ తారీఖున మా దంపతులిద్దరిని పిలిచారు. ఇన్ని రోజులు నీవు వ్రాసి ఉంచిన వాటిని పొందుపరిచి ఒక పుస్తకంగా తయారుచేసి దానికి "విశ్వకళ్యాణం" అని పేరుపెట్టమని చెప్పారు. అదే చివరిమాట. అదే మా చివరి దర్శనం. డిసెంబరు 25, 2018 రోజు మహాసమాధి తీసుకున్నారు బాబా. సగుణరూపంలో కనిపించకపోయినా నిర్గుణ జ్ఞానరూపంలో మా ముందే మాతోనే ఉన్నారు బాబా.

ఇప్పటివరకు బాబా నోటి ద్వారా వెలువడిన అనుభవ శబ్దమాలికలను పేర్చికూర్చి పుస్తకంలో చూపించాను. మరియు శబ్దాలను రికార్డు చేసి

క్యాసెట్లుగా కూడా చేయడం జరిగింది. ఈ శరీరంలో కదలిక ఉన్నంత వరకు ఈ సేవ చేస్తూనే ఉండాలని బాబా గారి చరణారవిందాన్ని పరిపరి విధాల మనఃపూర్వకంగా ప్రార్థిస్తున్నాను. ఇందులో ఏవైన పొరపాట్లు గాని ఉంటే అజ్ఞానినని, నావల్ల తప్పులు దొర్లినా పాఠకులు క్షమిస్తారని ఆశిస్తున్నాను. సదా మీ సలహాలు సూచనలను కోరుకుంటున్నాను.

ఈ రచనను పర్యవేక్షించి వాటిలోని లోపాలను సరిదిద్ది ఈ పుస్తకం రూపుదిద్దుకోవడానికి సహాయ సహకారాలు అందించి, ముందుమాట వ్రాసిన నా చిన్ననాటి గురువు గారైన హిందీ విశ్రాంత ఆచార్యులు శ్రీ పరికిపండ్ల సారంగపాణి సారు గారికి ఆయన శిష్యురాలిగా హృదయపూర్వక కృతజ్ఞతలు తెలుపుకుంటున్నాను. వీరికి తోడుగా ముందుమాట వ్రాసి నన్ను ప్రోత్సహించిన విశ్రాంత ప్రిన్సిపల్ డా॥ హరి సనత్కుమార శాస్త్రి గారికి కృతజ్ఞతలు. ఈ రచనలో నాకు సహకరించి తోడుగా నిలిచిన శ్రీమతి జె. సంధ్యను ఆశీర్వదిస్తున్నాను. అలాగే సకాలంలో దోషాలు లేకుండా టైప్ చేసి ముద్రణకు సహకరించిన శ్రీ మార్గం శ్రీనివాసులుకు ప్రత్యేక కృతజ్ఞతలు.

- రచయిత్రి
శ్రీమతి బి. ఉషారాణి.
W/o బి.బి. సింగ్
సెల్ : 94400 05680

Babaji said to writer to write a book name with Vishwakalyanam in Patnapoor on 08-12-2018.

శ్రీ పులాజీ బాబా పరిచయము

శ్రీ పరమహంస సద్గురు పూలాజీబాబా మహారాష్ట్రలోని పర్భనీ జిల్లా (పర్భనీ జిల్లాను రెండు భాగాలుగా చేసారు. హింగోళీ జిల్లాలో ప్రస్తుతం సావళి గ్రామం చేరింది) అవుండా నాగ్‌నాథ్ తాలూకా "సావళి" అనే గ్రామంలో అత్యంత పేదకుటుంబంలో శ్రీ ధోండుజీ ఇంగ్లే శ్రీమతి పుంజాబాయి దంపతుల నోము ఫలితమా అన్నట్లు జన్మించారు. బాబా పుట్టిన తేదీని అప్పట్లో వ్రాసివుంచడం జరుగలేదు. అయిన **1925**వ సం॥ ఆగష్టు **30** వ తేదీ (వారి బంధువుల ద్వారా తెలిసింది) అని చెప్పడం జరిగింది.

ఇంగ్లే పరివారము ఉదరపోషణార్థమై సావళి గ్రామాన్ని వదిలి టాక్లీ అను గ్రామానికి వెళ్లారు. (బాబా జన్మించిన **4.5** సం॥ తరువాత కర్వాడీ గ్రామానికి వలస వెళ్లారు. **2** సం॥ల తరువాత టాక్లీకి వెళ్లారు. తా. కలమ్‌నూరు) కాని అక్కడ పరిస్థితులు అనుకూలించక పర్భనీ జిల్లాను వదిలి ఆదిలాబాద్ జిల్లాలోని ఉట్నూరు తాలూకా పాట్నాపూర్ అనే గ్రామానికి **1930-35** మధ్యకాలంలో వచ్చి స్థిరపడ్డారు. ఇక్కడ ప్రభుత్వ బంజరు భూమిని సాగుభూమిగా మార్చుకొని తమ కుటంబాన్ని పోషించసాగారు.

అయినా పేదరికం వీరిని వెంటాడుతూనే ఉంది. ఒక్క పూట కడుపు నిండడమే గగనమై పోయింది. కష్టాల్లో కూరుకుపోయారు. మళ్లీ **1945** మధ్యకాలంలో అనివార్యకారణాల వల్ల టాక్లీ గ్రామానికి

వెళ్ళారు కొంతకాలమున్నారు. పరివారము పెరిగింది కాని ఆర్థిక పరిస్థితి అంతంత మాత్రంగానే ఉండటంతో దారిద్ర్యంలోనే రోజులు గడిపారు. సంచారజాతి వాళ్లలాగ ఒకచోట నుండి మరోచోటికి తిరుగుతూనే వారి (బాబా గారి) బాల్యం గడిచింది. దురదృష్టం వెంటాడినట్లు ఎక్కడికి వెళ్ళినా అవే కష్టాలు పునరావృతం కావడం కటిక దారిద్ర్యం వెంబడించడంతో మళ్లీ **1947** వ సం॥లో పాట్నాపూర్ వచ్చి స్థిరపడ్డారు. అయినా కూడ వీరి జీవితం కష్టాల సంద్రంలో దుర్భరంగానే సాగింది. ఈ విధంగా బాబా బాల్యం కష్టాల కడలిలోనే గడిచిపోయింది. యుక్తవయస్సులో సోనాబాయితో వివాహం జరిగింది. వారికి ఇద్దరు సంతానము సులోచనాబాయి, రాంచందర్ (దగుడు) కలిగారు. కాలగమనంలో సోనాబాయి మరణించడం వల్ల పిల్లలను చూసుకోవడానికి మరో వివాహం ద్రుపదబాయితో జరిగింది. వారికి కేశవ్, వామన్, రుక్మాబాయిలు సంతానంగా కలిగారు. (బాబా గారి గురించి పూర్తిగా చరిత్ర మొదటి భాగంలో పొందుపరచడం జరిగింది)

శ్రీ పులాజీ బాబా స్వయంసిద్ధ యోగిగా మారడానికి ముఖ్యకారణం వారి తల్లిగారైన శ్రీమతి పుంజాబాయి అని చెప్పవచ్చు. ఆమెలో సహజసిద్ధమైన ఆత్మజ్ఞాన లక్షణాలు అంతర్నిహితమై ఉండేవి. అవి మెల్లమెల్లగా వికసించసాగాయి. కాని సమాజంలోని మూఢవిశ్వాసాల వల్ల ఆ లక్షణాలు ఎక్కడ వేసిన గొంగలి అక్కడే అన్నట్లు జరుగుతుండేవి. అందువల్ల అజ్ఞానులు ఆమెలో ఉన్న అపార శక్తిసామర్థ్యాలను గుర్తించక వాటిని "చేతబడి" అనే వ్యాధిగా ముద్రవేసారు. ఆ రోజులలో చేతబడులను ఎక్కువగా నమ్మేవారు. కాని పుంజాబాయి అంతరాత్మ మాత్రం వీటన్నింటిని లెక్కచేయక ఒక విశేషసాధన దిశగా పయనిస్తుండేది. ఇది ఎవ్వరు గమనించలేకపోయారు. అయినా పుంజాబాయి మాత్రం తన గమ్యం వైపు పయనం సాగించింది.

ఆమె అనునిత్యం 'ఆత్మ' సంతృప్తిని పొందుతుండేవారు. సుఖదుఃఖాలను, కష్టసుఖాలను కాని ఇతర విషయాలను ఏమాత్రం

లెక్కచేసేవారు కాదు. భగవంతునిపై అపారమైన నమ్మకం, శ్రద్ధ కనపరచేవారు. దైవచింతనలో ఆసక్తి ఉండటం చేత నిత్యం భగవతారాధన చేస్తుండేది. అనేకసార్లు పూజను మధ్యంతరంగానే ముగించేసి ధ్యానంలోకి వెళ్ళిపోయేవారు. అలా కొంత సమయం తరువాత స్పృహలోకి వచ్చేవారు. ఈస్థితిని చూసి బాబా గారి తండ్రి ధోండూజీ ఇంగ్లే గారు ఏం చేయాలో అర్థంకాక బిక్కమొహం వేసి చూస్తుండిపోయేవారు, సమాజానికి వెరిసి ఎందరో వైద్యులకు చూపించారు. కాని వైద్యులకేం తెలుసు అంతరంగంలోని నిభిడీకృతమైన జ్ఞానం.

ఒక ఆదివాసియైన నిరక్షరాస్య మహిళకు ఆత్మజ్ఞానం లభించడం వాస్తవమే అయిన దీనిని గుర్తించేవాళ్ళు కాని కాపాడుకోవాలనే తపనకాని ఎవ్వరికి లేకపోవడంతో అది బయటికి రాలేకపోయింది కావచ్చు. ఇక్కడ చెప్పుకోదగ్గ విషయమేమిటంటే మాతృశ్రీ పుంజాబాయి ఎన్నోసార్లు ఒక విషయాన్ని పదే పదే చెప్పేవారు, "నా మరణం చెట్టుపై గాని ఇంట్లో ఉన్న దూలానికి ఆనుకొని సంభవిస్తుంది తప్ప నేలపై నేను చావను, నా మాటలు నమ్మండి, శ్రద్ధగా వినండి" అని భవిష్యవాణి తెలిసినట్లుగా చెప్పినా భర్త మాత్రం ఆమె మాటలను అంతగా పట్టించుకోలేదు. ఆమె అంతరంగ ఘోషను పెడచెవిన పెట్టి నిర్లక్ష్యం చేసాడు. తన భార్య ఏదో పిచ్చిపిచ్చిగా మతిభ్రమించి మాట్లాడుతుందని భాధపడేవారు. ఆమె చెప్పిన ప్రతి విషయాన్ని పట్టించుకోకుండ తేలిగ్గా తీసిపారేసి మరిచిపోయేవారు.

ఆ యోగమాత యొక్క సమాధి లక్షణాలు చిత్రంగా ఉండేవి. ఒకసారి సాయంత్రం అమ్మ కనిపించలేదు. అంతట వెతికారు ఎక్కడ కనిపించలేదు. చుట్టుప్రక్క ఇల్లల్లో ఆరా తీసారు. ఎవ్వరు రాలేదని సమాధానమిచ్చారు. నిరాశతో ఇంటికి వచ్చారందరు. పిల్లలు ఏడుస్తూ కూర్చున్నారు. ఇల్లంతా చీకటిగా ఉండటంతో దీపం వెలిగించి ఇంట్లోనే చూస్తున్నారు. ఎక్కడైన పడుకొని ఉందేమోనని. అప్పట్లో పెద్ద పెద్ద

కుండలలో ధాన్యాలను నిలువ ఉంచేవారు. ఆ కుండల ప్రక్కన చిన్న స్థలంలో ఎవరికి కనపడకుండ ముడుచుకొని కూర్చోని వుంది. తరువాత మెల్లగా బయటకు తీసుకువచ్చారు. "ఎవరిని చూసిన భయమనిపిస్తుందని అందుకే అలా కూర్చున్నానని" చెప్పింది.

ఒక్కోసారి సమాది స్థితిలో 2-3 రోజులు అలాగే పడుకొని ఉండేది. ఆకలి మరిచిపోయి అలాగే ఉండిపోయేది. ఉదయం ఎంతో చలాకీగా లేచి పనంతా చేసి మళ్ళీ వెళ్ళి పడుకునేది. కానీ ఏమాత్రం నీరసంగా ఉండేవారు కాదు. అపుడపుడు గాడ్గే మహరాజ్ భజనలు పాడేవారు.

ఆ తల్లి యోగిని లక్షణాలే తనయుడైన పులాజీబాబా గారు పుణికిపుచుకున్నారనడంలో ఏమాత్రం సందేహం లేదు. ఆ మహా తల్లి సంస్కారమే ఈనాడు బాబా ఒక యోగిగా, ఒక మహాత్ముడిగా, ఒక అవతారపురుషుడిగా మార్చింది కావచ్చు అని అనుకోవాల్సిందే.

"శుద్ధ బీజాచే పోటీ, ఫలే రాసాల్ గోరే గోమటే"

భావం : సంస్కారవంతులైన తల్లిదండ్రుల గర్భంలో జన్మించే వారు కూడ సంస్కారవంతులు, ఆదర్శవంతులుగా పేరొందుతారని పై వాక్యార్థం.

ఒక రోజున మాతృశ్రీ పుంజాబాయి పలికిన భవిష్యవాణి నిజమైంది. ఆ దుర్దినం రానేవచ్చింది. ఆమె చెప్పినట్లుగా ఇంట్లోని దూలానికి రెండు కాళ్ళు చుట్టి రెండు చేతులతో గట్టిగా బిగించుకొని ఇహలోకాన్ని వదిలి పరలోకానికి పయనమై వెళ్ళిపోయింది.

పొలం పని చూసుకొని ఇంటికి వచ్చి తన భార్య దూలాన్ని గట్టిగా అదిమి పట్టి ఉండటం చూసి "నీ పిచ్చి ముదిరిందా! ఇలా పిచ్చిదానిలా దూలాన్ని పట్టుకొని పడుకున్నావేమిటి? దాన్ని వదిలి ఇలా రా అని మందలించారు. అయినా ఆమెలో చలనం లేదు. తనే స్వయంగా ఆమె దగ్గరకు వెళ్ళి కదలించసాగారు. అయినా కదలక పోయేసరికి ఆమె పెనవేసిన కాళ్ళను దూలం నుండి వేరు చేసారు. మరియు గట్టిగా పట్టుకొని ఉన్న పిడికిళ్ళను కూడా వేరుచేయగలిగారు. చివరకు ముఖం

చూసి బిత్తరపోయారు. తన భార్య తనని వదిలి తిరిగిరాని లోకానికి వెళ్లిపోయిందన్న నిజాన్ని జీర్ణించుకోలేకపోయారు. క్షణాల్లో ఈ వార్త ఊరంతా పాకిపోయింది. కాని ఆమె మరణానికి కారణం ఎవరికి అంతుబట్టకుండా పోయింది.

పై సంఘటనను బట్టి చూస్తే యోగుల లక్షణాలు ఇదేవిధంగా ఉంటాయని అనుకోవచ్చేమో!. మహాభారత యుద్ధంలో భీష్ముడు కూడ ఇఛ్ఛామరణాన్ని కోరుకున్నాడు. అంపశయ్యపైననే తుదిశ్వాస వదిలారు. సంత్ జ్ఞానేశ్వర్ మహారాజ్ చిన్నవయసులోనే సమాధి తీసుకున్నారు. ఆడానేశ్వర్ దాదాజీ కూడ జనవరి **1987 3** గం॥ **40** ని॥లకు మహాసమాధి తీసుకుంటానని చెప్పి నిజంగా అదే సమయానికి సమాధి అయ్యారు.

పై విధంగా మాతృమూర్తి 'పుంజాయి'లో కూడ యోగుల లక్షణాలు ఉండి ఉంటాయి కనుకనే ఆమె కోరిన విధంగానే ఇఛ్ఛామరణాన్ని పొందారు. యోగుల కోవలోకి చేరి వారి బాట నడిచింది ఆ మహాతల్లి, పరమసాధ్విమణి. పైన ఉదహరించిన కొన్ని సంఘటనలు జగద్విదతమే కాని పుంజాయి మాత యొక్క సంఘటన మరుగున పడిపోయింది. లోకానికి తెలియదు. అయినా ఆ మాతృమూర్తి గర్భంలో 'పులాజీ బాబా'' జన్మించడం వల్ల తన చరిత్రతో పాటు పుంజాయి మాత యోగశక్తి గొప్పదనం గురించి లోకానికి చాటిచెప్పే అవకాశం లభించింది. ఇంతటి మహత్తర యోగశక్తి సంపన్నురాలి గర్భంలో పెరగడం వల్లనే పులాజీ బాబా గారికి ఇంతటి గొప్ప శక్తి సంచారం జరిగిందనడంలో ఏమాత్రం సందేహం లేదు. ఈ కారణంగానే పులాజీబాబా గారికి ఎన్ని కష్టాలెదురయినా తన యవ్వనావస్థలో పరమాత్మపై దృష్టి మల్లిందని చెప్పవచ్చు.

శివపార్వతుల సంతానమైన వినాయకుడు, కార్తికేయులు ఎంతటి కీర్తినార్జించి తల్లిదండ్రులకు పేరు ప్రఖ్యాతులు తెచ్చి ఈనాటికి చిరంజీవులుగా కొలువబడుతున్నారు. ధ్యాన తపస్విని

అయిన అంజనీదేవి గర్భంలో జన్మించిన హనుమంతుడెంతటి ఖ్యాతినార్జించి నిత్యచిరంజీవిగా జీవించి, రామనామాన్ని గ్రోలుతూ భక్తాగ్రేసరుడయ్యాడు. సాత్విక స్వభావం కలిగి వున్న లీలావతి గర్భంలో జన్మించిన ప్రహ్లాదుడు ఎంతటి గొప్పవాడయ్యాడో చరిత్రపుటలు తిరగేస్తే మనకర్థమవుతుంది.

06.10.2010 ఉదయం 9 గం॥లు: బాబా గారు తన యోగసిద్ధి గురించి చెపుతూ... యోగం ఎపుడు సిద్ధించింది, అది ఎలా దినదినాభివృద్ధి చెందిందో దాని గురించి పూర్తిగా ఈ రోజున వివరిస్తూ "ఇది పూర్తిగా వ్రాసిపెట్టు. తారీఖు, ఏ సమయం తెలియచేయ"మని చెప్పి "నీవు వ్రాసిన తరువాత నేను సంతకం చేస్తాను" అని చెప్పారు. ఇదంతా విని వ్రాయమని చెప్పి నాకు అవకాశం ఇచ్చినందుకు నేను ఎంతో అదృష్టవంతురాలినని భావిస్తున్నాను. దీని చివరలో బాబా గారి సంతకము కూడ ఉంటుంది. పాఠకులు చూస్తారని ఆశిస్తున్నాను.

ఇక యోగసిద్ధి గురించి బాబా గారి మాటలలోనే విందాం: అపుడు నా వయసు 30 సం॥లు ఉండవచ్చు. ఒంటరిగా ఉండాలని, ఎవ్వరితో కలువకూడదని అనిపించి ఊరి నుండి మాలంగి (దామాజీ) వైపు నడక ప్రారంభించాను. అలా గుట్టలను దిగుతూ అడవిని దాటుతూ వెళ్ళాను. ఎక్కడి దాకా వెళ్ళానో ఎలా నడుచుకుంటూ వెళ్ళానో కూడ తెలియదు. కాని మూడు గుట్టలు దిగి అడవి దాటుతూ వెళుతుండగా నది కనిపించింది. చీకటి పడింది. నది పక్కగా వెళ్ళి ఒక చెట్టు క్రింద కూర్చున్నాను. ఆ తరువాత ఎవరికి కనిపించకూడదని ఎదురుగా కనపడుతున్న గుట్టపైకి నదిని దాటి వెళ్ళాను. వెదురు పొదలు చిక్కగా కనపడ్డాయి. ఆ స్థలాన్ని శుభ్రపరిచి ఇది నాకు అనుకూలంగా ఉంటుందని, ఇక్కడ కూర్చుంటే ఎవ్వరికి కనిపించనని అనిపించింది. అలాగే కూర్చున్నాను. రాత్రి గడిచింది. ఉదయం 4 గం॥ల సమయంలో ధ్యానంలో కూర్చున్నాను. అపుడు సప్తవర్ణాల కలయికలో వెలుగు కిరణాలు పై నుండి నీటిలోకి పడినట్లు అనిపించింది.

ఆ సమయంలోనే నీటిలోన శక్తిపాతం జరిగింది. యోగసిద్ధి కూడ (సమాధిస్థితి) ఆ సమయంలోనే జరిగింది. అప్పటి నుండి ప్రతి రోజు ధ్యానంలో కూర్చునేవాడిని. అలా ఎంత సమయం కూర్చునేవాడినో నాకే తెలియదు. మెలకువ వచ్చినపుడు క్రిందికి రావడం, నదిలో స్నానం చేయడం, ధోవతి ఉతికి ఆరిన తరువాత మళ్లీ కట్టుకొనేవాడిని. ఆకులు, గడ్డిని తిని ఆకలి తీర్చుకునే వాడిని. ఒకసారి బాగా ఆకలి వేసింది. క్రిందికి దిగివచ్చి రెండే రెండు రేగిపళ్ళను తిన్నాను. అంతే కడుపు నిండినట్లు అనిపించింది. మళ్ళీ వెళ్ళి ధ్యానంలో కూర్చునేవాడిని. ఆకలి కూడ ఉండేది కాదు.

"నా జేవితా తృప్తమనా ఐసాయోగి సమాన్" అన్న కృష్ణుడి వాక్యాలు సత్యమని అనిపించింది.

భావం : ఎటువంటి ఆహారం తీసుకోపోయిన ఆకలిదప్పులు మరిచిపోయిన వారు యోగి లాంటి వారని పై వాక్యార్థం.

ఒక్కోసారి పళ్ళు కూడా తోముకునేవాడిని కాదు. అలా ఒక పది సంవత్సరాల వరకు ఆ స్థలం గురించి ఎవ్వరికి తెలియదు. అపుడు దాదాపు **1955-60** మధ్యకాలం పది సంవత్సరాల తరువాత గణపతి మాస్టారుకు ధ్యానస్థలం (తపోభూమి) చూపించాను. అప్పటి నుండి మాస్టారు మరియు కొందరు ఊరివాళ్ళు రావడం మొదలుపెట్టారు. నా ధ్యానం గురించి దాని ద్వారా కలిగే అనుభవాల గురించి వివరించేవాడిని. నాలో కలిగే మార్పుల గురించి మాస్టారు నాకు వివరిస్తూ కొన్ని గ్రంథాలలోని సాక్ష్యాలను చూపించారు. వాటిలో చూపిన విధంగానే నాకు అనుభవాలు జరిగేవి. వింతగా అనిపించేది. అటు తరువాత **1965** సం॥లో పంచాగ్ని సాధన చేయాలని సంకల్పించాను. మాస్టారుకు చెపితే తుక్‌డోజీ మహరాజ్ వాక్యాలను చదివి వినిపించారు.

'చైత్ర మాసీ తాపత్ అగ్ని, థండ్ రుతు మధ్యే జోపత్ ఆంగనీ
అతి పాపుశాలి సిరి ఫేతసే పానీ ॥తుక్ డోజీ ॥

బి. ఉషారాణి (B. Usha Rani)

భావం : చైత్రమాసం మండుటెండలో అగ్నితో చలికాచుకుంటారు. వణుకు పుట్టించు చలికాలంలో ఆరుబయట ఎటువంటి ఆచ్ఛాదన లేకుండా నిద్రించడం, వర్షాకాలంలో తలపై నీటిని గుమ్మరించుకొని మహాత్ములు శరీరతాపాన్ని చల్లార్చుకుంటారు. పై వ్యాఖ్యానుసారంగా యోగి పురుషులు ఇటువంటి కార్యాలు చేసేవారు అని పెద్దలు చెప్పగా విన్నాను.

దాని ఆధారంగా పంచాగ్ని సాధన చేసాను. సాధనలో ఆత్మసుఖాన్ని పొందాను. అటు తర్వాత ఒక్కొక్కరు అక్కడికి రావడం మొదలుపెట్టారు. ఊరి వాల్లందరు నన్ను పిచ్చివాడు అనేవారు. ఎవరైనా వస్తే దూరంగా ఎవరికి కనపడకుండ దాచుకునేవాడిని. ఆ విధంగా అక్కడ కొన్ని రోజులు గడిపిన తరువాత ఊరిలోకి వచ్చాను. కొన్ని రోజులుండి మళ్లీ వెళ్ళాను. ఆ సమయంలోనే అక్కడికి భక్తులు రావడం మొదలైంది.

మహాత్ములు వెలిసిన స్థలం తీర్థక్షేత్రం అయినట్లే ఈనాడు మాలంగి ప్రాంతం శక్తిపాతం జరిగిన స్థలం పుణ్యక్షేత్రంగా మారింది. భక్తుల పాలిట కల్పతరువుగా ప్రఖ్యాతిగాంచింది. ఈ తీర్థస్థానం ఒక్క సమాజానికి సంబంధించినది కాదు సమస్త మానవాళి కొరకు పాపనాశిగా పిలువబడుతుంది.

ఊరివాల్లందరు నన్ను పిచ్చివాడిగానే జమకట్టారు. ఒకసారి ఊర్లో పశువులకు వ్యాధిసోకి ఒక్కొక్కటి చనిపోసాగాయి. ఆ సమయంలో పిచ్చివాడిలాగా పళ్ళెం పట్టుకొని బిక్షవేయమని అడుగుతూ ప్రతి ఇంటి గడప ముందు నుండి వెళ్లాను. కొందరు రొట్టెలు వేశారు. మరికొందరు వేయలేదు. అలాగే పళ్ళెం తీసుకొని ఊరిచివర బురద గుంట దగ్గరకు వెళ్ళి కూర్చున్నాను. మాస్టారు మరియు ఇద్దరు ముగ్గురు ఊరివాళ్ళు నావెనకే వచ్చారు. పళ్ళెంలోని రొట్టెలను ముక్కలుగా చేసి కొంచెం తిన్నాను. అదే బురద నీళ్ళు తాగాను. ఇంతలో మాస్టారు నా దగ్గరకు మెల్లగా వచ్చి భయపడుతూ నాకు కూడా ఇవ్వరా అని అడిగాడు.

మీరు తినడానికి కాదు ఇవి ఈ రొట్టె ముక్కలన్ని తీసుకెళ్లి ఊరిలోని పశువులన్నింటికి తినిపించు అని చెప్పాను. మాస్టారు అలాగే చేసాడు.

అంతే రెండవ రోజు నుండి పశువులకు సోకిన వ్యాధి నయమైపోయింది. అప్పటి నుండి కొందరు నన్ను మాములు మనిషి కాదు మహాత్ముడని గుర్తించారు. వారిలో ముఖ్యంగా మాస్టారు మరియు అమీన్‌సాబ్. వీరిద్దరే నన్ను బాబా అని పిలిచేవారు. అప్పటి నుండి ఊరివాళ్లు పిచ్చివాడనడం మానేసారు కానీ మంత్రగాడిగా మరో పేరు పెట్టి, మంత్రాలు చేసి రోగాలు నయం చేస్తాడని పుకార్లు పుట్టించారు. పుకార్లు విని అమీన్‌సాబ్ అందరిని తిట్టేవాడు. ఆయనకు అందరూ భయపడేవారు. మా ఇంటివారే నన్ను నిందించేవారు. ఇంటి వారే అన్న తరువాత ఊరివాళ్లు అనకుండా ఉంటారా! అమీన్‌సాబ్ నన్ను ఎంతో విశ్వసించేవారు. "ఆయన ఒక మనిషి కాదు, మనిషి రూపంలో వచ్చిన అవతార పరుషుడు (Valli) అని అభివర్ణించేవారు.

అప్పట్లో స్కైలాబ్ గురించి అందరికీ తెలిసే ఉంటుంది. ఆ స్కైలాబ్ ఎక్కడపడుతుందో బాబా గారిని అడుగమని మాస్టారుతో చెప్పారు అమీన్‌సాబ్. దాని గురించి నాకెలా తెలుస్తుంది మాస్టారు. ఆ రోజు అనుకోకుండా మాస్టారు వాళ్లింట్లో పడుకోవడం జరిగింది. ఉదయం నిద్రలేవగానే రాత్రి కలలేమి రాలేదు. చాలా బాగా నిద్రపట్టింది. మరి అమీన్‌సాబ్ వస్తే ఏం చెప్పాలి అన్నాను. అలా మాట్లాడుతుండగానే ఆయన వచ్చారు. వస్తూనే 'బాబా రాత్రి నిద్రపట్టిందా" అని అడిగారు. అదే విషయం నాతో చెబుతున్నారు. ఇంతలో మీరు వచ్చారు అన్నారు మాస్టారు.

మహాత్ములకు ఎక్కడైనా, ఏదైనా సంకటం గాని, ప్రమాదం గాని జరుగుతుందంటే వారికి ముందే సంకేతమొస్తుంది. వారు రాత్రంతా నిద్రపోరు, వింతగా ప్రవర్తిస్తారు. కాని బాబా గారు ప్రశాంతంగా పడుకున్నారంటే ఎవరికి ఎటువంటి ప్రమాదం జరుగదని మాత్రం అర్థమైంది. ఆయన ఆలా అనగానే నాకు ఏడుపొచ్చింది. ఏడ్చాను.

అదిగో చూసారా బాబా బాబా Valli అంటూ దర్శనం తీసుకున్నాడు. ఆ రోజు స్కైలాబ్ సముద్రంలో పడింది.

అలా రోజులు గడుస్తున్న కొద్దీ ఊరివాళ్ల దాష్టికాలు విపరీతమయ్యాయి. నాపై ఏదో ఒక నింద వేయడం, మాస్టారింట్లో పడుకుంటే ఇల్లు వదిలి వాళ్లింట్లో ఎందుకు ఉంటాడని, అలాగని పొలంలో పడుకుంటే రాత్రిపూట మంత్రాలు చేస్తాడని ఇంకా ఏవేవో మాట్లాడేవారు. నా ఓపిక నశించింది. ఊరి వాళ్ళెవరు నా పొలంలోకి రావొద్దని కోప్పడ్డాను. భార్య దగ్గర నుండి భూమిని దానంగా తీసుకొని సంవత్సరం పాటు శ్రమించి ఆ వచ్చిన డబ్బుతో సమాధి నిర్మించుకున్నాను. దానిలో ఊరివాళ్లది ఒక్క పైసా కూడ పడకూడదని చెప్పాను. (1972 సం॥లో సమాధి నిర్మాణం జరిగింది)

పొలంలో ఉన్న బావి దగ్గర చిన్న గుడిసె వేసుకొని అక్కడే పడుకొనే వాడిని. అపుడపుడు ఇంటికి వెళ్లేవాడిని. అలా నాలుగైదు సంవత్సరాలు గడిచిపోయాయి. ఆ తరువాత అక్కడ కూడ నిద్రపట్టేది కాదు. ఏం చేయాలో అర్థమయ్యేది కాదు. ఊరిలో ఉండనివ్వలేదు, గుడిసెలో ఉండనివ్వలేదు. ఎక్కడ నన్ను నిలువనివ్వడం లేదు ఊరివాళ్ళు. ఎక్కడికి వెళ్ళాలి, ఏం చేయాలి, అని బాధపడుతూ చుట్టూ చూస్తున్నాను. గుట్టవైపు చూసాను. ఉదయం సమయంలో ఆ గుట్ట నన్ను ఆకర్షించి రమ్మంటున్నట్లు అనిపించింది. తిన్నగా అక్కడికి వెళ్ళాను. అటు ఇటు చూసాను ఒక స్థలం నచ్చింది. కొంచెం స్థలం కూర్చోవడానికి వీలుగా త్రవ్వాను. ఆ స్థలంలో కూర్చున్నాను. చాలా సంతోషంగా అనిపించింది. పది పన్నెండు రోజులు అలాగే గడిపాను. ఆ తరువాత మాస్టారు వాల్లందరూ వచ్చారు. ఈ స్థలం నాకు నచ్చింది. ఇక్కడ త్రవ్వి చిన్న గుహలాగా చేసుకొని కూర్చోవాలని ఉంది అని చెప్పాను. అందరు కలిసి త్రవ్వారు. త్రువ్వుతుండగా అక్కడ అస్థిపంజరం, ఒక చిన్న కుండలో విభూది బయటకు వచ్చింది. అస్థిపంజరాన్ని అలాగే పూడ్చిపెట్టమని చెప్పాను. విభూది అందరు

తీసుకున్నారు. (కొంచెం విభూది ఇప్పటికి గుర్తుగా ఉంచడం జరిగింది) ఆ తరువాత కొన్ని రోజులు అక్కడే పడుకొనే వాడిని. అలా ఎక్కడ ఉండాలనపిస్తే అక్కడే ఉండేవాడిని. ఒకసారి మాలంగిలో, ఒకసారి తోటలో, ఒకసారి సమాధి దగ్గర ఉండేవాడిని. ఆ విధంగా మూడు సంవత్సరాలు గడిచాయి. గుట్టపైన ఎంతో హాయిగా నిద్రపట్టేది. ఊరివాళ్లు కలిసి చిన్నగా నిర్మాణం చేసారు. రోజులు గడుస్తున్న కొద్ది మళ్ళీ అక్కడ కూడా నిద్రరాకపోవడం ఎవరో వచ్చి నన్ను తట్టి లేపినట్లు, కప్పుకున్న శాలువాను ఎవరో లాగుతున్నట్లు అనిపించేది. ఎందుకలా జరుగుతున్నది అని అనుకునేవాడిని.

ఒకసారి అదృశ్యరూపంలో వచ్చి "వెళ్ళు అందరికి చెప్పు" అని ఆకాశవాణి వినిపించింది. తిరిగి అక్కడి నుండి సమాధి వద్దకు వచ్చి ఉండేవాడిని. అప్పటి నుండి భక్తులు రావడం మొదలయింది. భోధించడం మొదలుపెట్టాను.

ఒకసారి నార్నూర్ జాతరకు సీతారాంపాటిల్, బాపురావు వంజారి, రాంపాటిల్ ఇంకొందరం కలిసి వెళ్లాం. మాటల మధ్యలో గుట్టపైన స్థలం గురించి చెపుతూ అది ఎంతో శక్తివంతమైనది జ్ఞానధనముందని చెప్పాను. నా మాటలలోని భావాన్ని అర్థం చేసుకోలేదు వాళ్లు. నేను అక్కడ లేని సమయం చూసి త్రవ్వి చూసారు వాళ్లు. కానీ ఏమి లభించలేదు వారికి. ఈ విషయాన్ని వారే స్వయంగా వచ్చి చెప్పారు. "బాబా మీరు మాకు అబద్ధం చెప్పారు, అక్కడ ధనమేమి లేదు" అన్నారు. దానికి నేను నవ్వుతూ ఇలా చెప్పాను. "మీరు ఊహించినట్లుగా గుప్తనిధులు, నిక్షేపాలు లేవక్కడ. శక్తివంతమైన జ్ఞాననిధి, జ్ఞానధనం నిక్షిప్తమై వుంది" అని చెప్పాను.

అలా రోజులు గడుస్తున్న కొద్ది భక్తుల సంఖ్య పెరగసాగింది. ఎందరో వ్యాధుల నుండి ముక్తులయ్యారు. నాకు చదువు రాకపోయినా గ్రంథాలలోని జ్ఞానాన్ని ఆత్మానుభవం ద్వారా పంచుతూ వస్తున్నాను. ధ్యానమార్గాన్ని చూపెట్టుతున్నాను.

ఇదంతా చెప్పిన తరువాత బాబా అన్నారు "బాయి ఈ రోజు తేది మరియు సమయం రాసిపెట్టు. దాని క్రింద నేను సంతకం చేస్తాను" అన్నారు. బాబా గారు చేసిన సంతకం ఇది. 06.10.2010, ఉదయం 9 గం॥లు.

(బాబా సంతకము)

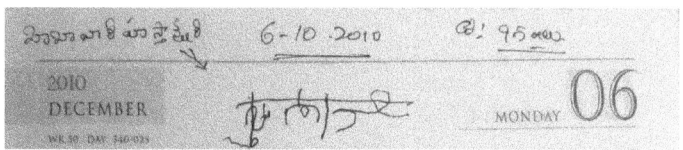

Babaji first time came in Malaangi and sitted in meditation at the age of 40

ఉపోద్ఘాతము

నీలో వున్న "నిన్ను" తెలుసుకోవడమే ఆత్మజ్ఞానం.
ఆత్మజ్ఞానం కలిగివున్న (పొంది వున్న) మార్గదర్శి
మాత్రమే ఆత్మ దారి చూపుతారు.
భౌతిక జ్ఞానం పొందడానికి గురువు కావాలి.
ఆత్మజ్ఞానం పొందడానికి సద్గురువు ఎంతో అవసరం.

నీవు మాట్లాడగలుగుతున్నావంటే ఎవరి ఆధారంతో
చూడగలుగుతున్నావు ఎవరి దృష్టితో?
శరీర యంత్రాంగాన్ని నడిపించే శక్తి ఏమిటి?

ఒక్కసారి మీలోకి మీరు ప్రయాణం చేసి చూడండి.
అపుడర్థమవుతుంది మనలో వున్నదేమిటో.
మనం తయారుచేసిన వస్తువును దేవుడంటే,
మరి మనల్ని తయారు చేసిన దేవుడెవరో,
ఎక్కడ వున్నాడో చెప్పండి చూద్దాం.

ఒక వాహనం నడపడానికి డ్రైవరు ఎంత అవసరమో,
ఈ శరీరం నడపడానికి ప్రాణం అంతే అవసరం.
మనిషి చనిపోయాడు అంటారు కదా! పోయినదెవరు?

శరీరం ఇక్కడే వుంది కదా! శరీరం నుండి వెళ్ళిపోయిన చలనశక్తియే (అదే ఆత్మ, అదే ప్రాణం) మనం కొలుస్తున్న, పిలువబడుతున్న శబ్దమే దేవుడు, భగవంతుడు, ఈశ్వరుడు. ఆ దేవుడు (ప్రాణశక్తి) లేకపోతే మీలో చలనము వుండదు. అందుకే మనల్ని నడిపించే ప్రాణశక్తియే మన దేవుడని గ్రహించగలిగితే మనకంతటా (అందరిలో) కానవస్తాడు. నేను (శరీరం)లోని నేను (ఆత్మ) వెళ్ళిపోతే...

నేనులో నేను వుంటే శివం
నేనులో నేను వెళ్ళిపోతే శవం.

నిన్ను నడిపించే ప్రాణశక్తికి ఆకారముందా!

మనల్ని ప్రకృతితో అనుసంధానం చేసేది శ్వాసరూపంలో వున్న జీవశక్తి. ఈ సత్యాన్ని గ్రహించారు కనుకనే మహాత్ములు మనకు ఆ భగత్స్వరూపం గురించి వివరించారు. జీవశక్తియే ఆత్మశక్తియని అనుభవ జ్ఞానాన్ని పొందారు కనుకనే వారు మహాత్ములయ్యారు. మనము మనుషులుగా పిలువబడుతున్నాము.

పంచభూతాలను దైవస్వరూపంగా భావించారు మహాత్ములు.

"పంచ భూతాల కలయికే ఈ శరీరం" దీనిని నడిపించే శ్వాస రూపంలో ఉన్న 'ఆత్మ' ప్రతిప్రాణిని కూడ నడిపిస్తుంది.

అందుకే ప్రతిప్రాణి కూడ దైవ స్వరూపం కాదంటారా! గాలి లేనిది ఒక్క నిముషం నిలువలేము. నీరు లేనిది ఒక్కరోజు గడుపలేము. అగ్ని (సూర్యుడు) లేనిది వెలుగులేదు. ఆకాశం లేకపోతే మన బ్రతుకే లేదు. భూమి లేకపోతే మనకు ఆధారమే లేదు. మరి వీటిని కాక ఎవరిని దైవం అని పిలవాలి. సృష్టి చక్రాన్ని నడిపించేది అతీతశక్తి అదే కనిపించని రహస్యశక్తి. అందుకే మహాత్ములు దైవాన్ని నిరాకారుడని చెప్పారు. కనిపించని అతీతశక్తి మనలో వుండి, అంతటా వుండి నడిపించే అగోచరశక్తి దైవం కాదంటారా!

ప్రకృతి నియమానుసారంగా మనిషి నడిచినపుడు పంచ మహాభూతాలు శాంతంగా ఉంటాయి. దానికి విరుద్ధంగా నడిస్తే తన ప్రతాపాన్ని చూపుతాయి.

ప్రకృతి ప్రకోపించిందంటే తుఫానులా విజృంభిస్తుంది. నీటిలోన ముంచుతుంది. అగ్ని వర్షం కురిపిస్తుంది. కట్టుకున్న గాలి మేడలను ఒక్క క్షణంలో కూల్చివేస్తుంది. ప్రకృతిని అస్తవ్యస్థం చేస్తున్న మనిషి మారాలి. తన జ్ఞానాన్ని, విజ్ఞానాన్ని, పరిజ్ఞానాన్ని, ప్రకృతి సమతుల్యానికి దోహదపడేట్లు ఉపయోగించినపుడు ప్రకృతిలో విళయమే ఉండదు.

అలుపెరుగని పయనం సృష్టికాలచక్ర గమనం. అది ఎన్నటికి ఆగదు. ఆగితే సృష్టి అంతం తథ్యం. అదేవిధంగా మన శరీర సృష్టిని శ్వాస ఉచ్ఛ్వాసలనే సూర్యచంద్రులు నడిపిస్తున్నారు. శరీరం నిద్రకుపక్రమించిన శ్వాసగతి ఆగదు. శ్వాసగతి ప్రాణశక్తి రూపంలో ఆత్మగా అమరమై ఉంటుంది. కాలచక్రమెలా తిరుగుతుంటుందో జీవచక్రం కూడ తన పయనాన్ని సాగిస్తుంది. సూర్యుడెలా సృష్టి ఆది నుండి వస్తున్నాడో, ఆత్మ కూడ అమరమై వస్తుంది. జొన్న బీజమెపుడు తయారయిందో మనకు తెలియదు, మామిడి విత్తనము ఎపుడు తయారయిందో తెలియదు, ఏది ఎపుడు ఎలా తయారయ్యాయో మనకు తెలియవు. అదే విధంగా మన ఆత్మ ఎపుడు ఎలా తయారయిందో, ఇంకా ఎక్కడి వరకు వెలుతుందో కూడ మనకు తెలియదు.

ఒక్క రోజు కరెంటు లేకపోతే చీకట్లో వుండాల్సివస్తుంది. ఒక నెల రోజుల బిల్లు కట్టకపోతే మన ఇంటి కనెక్షన్ తీసివేస్తారు విద్యుత్తు అధికారులు. అటువంటపుడు పంచభూతాలలోని (అగ్ని) సూర్యుడు మనకు వెలుగును పంచే జీవనాధారమైన అగ్నిదేవుడు మనపై అలిగితే బ్రతకగలమా! అతడు ఏమైన బిల్లు అడుగుతున్నాడా! ఆలోచించండి. గాలి అడుగుతుందా పన్ను మనల్ని. నీరు చెబుతుందా తక్కువ వాడుకోమని. భూమి అడుగుతుందా బాడుగ కావాలని. ఈ

పంచతత్వాలే కదా మనల్ని పృథ్విపై నిలిపేది. వీటిని వదిలి ఎవరిని భగవత్స్వరూపమనగలము.

మన శరీరాన్ని విశ్వంతో అనుసంధానించేది శ్వాస.
మనల్ని చైతన్యంగా ఉంచేది శ్వాస.
దేహాన్ని నడిపించే ప్రాణశక్తి శ్వాస.
ఇంతటి మహోన్నత కార్యాన్ని చేసే శ్వాస
శబ్దాన్ని వింటున్నామా! లేదు.
చెవులు బాహ్య శబ్దాలను వింటున్నాయి కానీ
శ్వాస శబ్దాన్ని కాదు. అందుకే శ్వాసగతిపై
దృష్టి సారించినట్లయితే మనల్ని నడిపించే
అతీంద్రియశక్తి ఏమిటో అర్ధమవుతుంది.

ఆత్మను మించిన దేవుడు లేడు.
శ్వాసను మించిన మంత్రము లేదు.
అభిమానాన్ని మించిన పాపం లేదు.
భూతదయను మించిన పుణ్యం లేదు.
చెడును మించిన నరకం లేదు.
సుఖభోగాలను మించిన దుఃఖం లేదు.
ఆత్మ సుఖాన్ని మించిన ఆనందం లేదు.

తల్లి మొదటి గురువు. ఎందుకంటే మనకు జన్మనిచ్చి తన ప్రేమనంతా ధారపోసి పెంచి పెద్దచేసి విద్యాబుద్ధులు నేర్పించి ఒక మనిషిలా తీర్చిదిద్దుతుంది. తండ్రి రెండవ గురువు. పోషించి భౌతిక జ్ఞానాన్నిచ్చి సమాజంలో మనల్ని ఒక వ్యక్తిలా నిలబెడతాడు. సంసారం మనకు జీవితపాఠాన్ని నేర్పిస్తుంది. ప్రతిజీవి పుట్టుట గిట్టుట తప్పదు. అది ఎవరికైనను తప్పదు.

కాని ఈ రెంటి మధ్యకాలంలో మనం ఏం చేయాలి? ఎలా జీవించాలి? మన కర్తవ్యమేమిటి? లేచామా! తిన్నామా! పడుకున్నామా! ఇంతేనా ఈ జీవితం. లేక ఇంకా ఏమైనా వుందా! వుంటే అది ఏమిటి? ఒక్కసారి మిమ్మల్ని మీరు ప్రశ్నించుకోండి.

నేను ఎవరు?

ఎందుకు వచ్చాను?

నేనేం చేయాలి?

నా కర్తవ్యమేమిటి?

నేను ఎవరు? :

నేను అంటే ఈ శరీరమా! లేక దీనిలో వున్న చైతన్యమా! నా శరీరమే నేను అనుకుంటే మరి ఆ చైతన్యం ఎవరు? అది లేకపోతే నేను అనడానికి అర్థమే లేదు. ఎందుకంటే చైతన్యం లేని శరీరం జడవస్తువు కదా! మరి ఆ చైతన్యమే నేను అనుకుంటే ఈ శరీరం లేనిది దానికి ఆకారం లేదు. అందుకే చైతన్యం - శరీరం రెండు ఉన్నాయి కనుకనే నేను (శరీరం)లోని నేను (చైతన్యం)ను చూడవచ్చు. తెలుసుకోవచ్చు. అదే ఆత్మ.

ఎందుకు వచ్చావు :

ఆత్మ శరీర ధారణ చేసి ఈ ప్రపంచంలోకి వచ్చిందంటే నీవు చేసే కార్యం ఏదో వుంది. ఎంతో వుంది. ఎందుకంటే అన్ని ప్రాణులలో కెల్లా మానవ జన్మ శ్రేష్ఠమైనదని ఎందరో మహాత్ములు చెప్పియున్నారు. ఇతర ప్రాణులకు లేని ఏదో మహత్తర శక్తి నీలో వుందని దానిని తెలుసుకొని నీవు వచ్చిన కారణమేమిటి, ఏమి చేయాలో అని ఆలోచించగలిగినప్పుడు నీకు అవగతమవుతుంది.

నా కర్తవ్యమేమిటి? :

నీలో వున్న మహత్తర శక్తి ఏమిటి? ఒక్కసారి నీలోకి నీవు ప్రయాణం చేసి, లోన దృష్టిసారించు నీకే అర్థమవుతుంది.

ఎలా? నాలోనికి నేను ఎలా ప్రయాణం చేయాలి? ఈ శరీరం అస్థిపంజరం. దీనిని ఆవరించి రక్తమాంసాలు, ఇతర అవయవాలు

కూర్చుబడి ఉన్నాయి. కాని దీనిని ఎవరు తయారు చేసారు? ఈ యంత్రాంగమంతా ఎవరి చెప్పుచేతలతో నడుస్తుంది. ఎవరు నడిపిస్తున్నారు? ఎవరు దీనికి ప్రేరణ ఇస్తున్నారు? ఇలా ఎన్నో ప్రశ్నలు మన మేథస్సులో మెదులుతాయి. దీనికి సమాధానాలు ఎక్కడో లేవు. నీలోనే వున్నాయి. అదే దీర్ఘంగా ఆలోచించగలిగినప్పుడే సుమా!

తలభాగంలో శరీరానికి సంబంధించిన కార్యమంతా మెదడు చూసుకుంటుంది. అందుకే మహాత్ములు దీనిని శిఖరము, కైలాసమన్నారు.

ఇక ఇంద్రియాలలోని ఏడు రంధ్రాలు తలభాగంలోనే వున్నాయి. మిగిలిన శరీర భాగాన్ని నడిపించేది గుండె. రక్తప్రసారం చేయించి చలనాన్ని తీసుకువస్తుంది. దీనిలో వున్న ప్రతి అవయవము దేని పని అది చేసుకుంటూ పోతుంది. కాని వీటికి ప్రేరణ ఇచ్చేది మాత్రం మనసు. ఆ మనసు మాత్రం బుద్ధి చెప్పినట్లు వింటుంది. అది చూపిన దారి గుండా నడుస్తుంది. ఈ శరీర యంత్రాంగమంతా ఒక వలయంలా చుట్టుకుంటూ కేంద్రమైన చైతన్యానికి అనుసంధానమై వుంటుంది.

కాని ఇదంతా దేహానికి బయట కనిపించే చర్య కాదు. అంతర్గతంగా నిత్యం జరిగేది. బహిర్గతంగా జరిగేది మనకు తెలుసు. మన కళ్ళు చూస్తున్నాయి. చెవులు వింటున్నాయి. నోరు మాట్లాడుతుంది. ముక్కు వాసన చూస్తుంది. శ్వాస తీసుకుంటుంది. ఇక మిగిలిన ఇంద్రియాలు (గుప్త) వాటి పని అవి చేస్తున్నాయి అని మనమనుకుంటున్నాము. కాని ఇవన్నీ ఎలా జరుగుతున్నాయి. ఎవరు వీటితో ఆ పని చేపిస్తున్నారు.

ఇంద్రియాలన్ని తెరిచే వున్నాయి. ఏ ఒక్కదానికి ద్వారమనేది లేదు. అయిన బయట నుండి దుమ్ము, ధూళి లాంటి వాటిని లోనికి పోనివ్వవు. అయిన శరీరంలో పేరుకుపోయిన మలినాలను ఎప్పటికప్పుడు శుభ్రం చేసి బయటికి పంపిస్తున్నాయి. కంటికి రెప్పలు, వాటి వెంట్రుకలు కంటిని కాపాడుతాయి. ఇలా ప్రతి ఇంద్రియానికి ఒక సైనికుడిలా కవాటాలుంటాయి.

ఇపుడు మనలోనికి వెళ్లుదాం. ఈ శరీర యంత్రాంగమంతా నాడీవ్యవస్థపై ఆధారపడి వుంటుంది. ఒక్కొక్క ఇంద్రియానికి మిగతా శరీర అవయవాలకు నాడులు విభజింపబడి వున్నాయి. ఈ నాడీ వ్యవస్థకు రక్తం సరఫరా చేసేది గుండె అని అందరికి తెలుసు. కాని ఈ రక్తం ఎలా తయారవుతుంది. మనం తినే ఆహారం శక్తిగా మారి రక్తంగా శరీరానికి అందించబడుతుంది. మరి ఈ గుండెను నడిపించేది ఎవరు? అంటే అదే చైతన్యం. ఆ శక్తియే ఆత్మ.

అనగా బయటి ప్రపంచాన్ని, శరీరానికి అనుసంధానం చేసేది శ్వాస. ప్రాణ వాయు రూపంలో లోనికి వెళ్ళి శరీరానికి కావలసిన శక్తినిచ్చి చెడు వాయువును బయటికి పంపిస్తుంది. మనం తయారు చేసిన వాహనానికి ఇంజను-డ్రైవరు ఎంత అవసరమో, ఈ శరీరానికి గుండె - చైతన్యం కూడ అంతే అవసరం. అందుకే నిను నడిపించే చైతన్యాన్ని తెలుసుకోవడమే నీ కర్తవ్యం. దానిని తెలుసుకోగలిగితే నీ కర్తవ్యం నీకు సుగమంగా బోధపడుతుంది. నీవేం చేయాలో నీ అంతట నీకర్థమవుతుంది.

నేనేం చేయాలి :

ఈ సృష్టి అనే బృందావనంలో నిన్నూ, నన్నూ మనందరినీ ఒక రక్షకుడిగా పంపించాడు భగవంతుడు. సృష్టిలోని ప్రతి ప్రాణిలో నీలో వున్నట్లుగానే చైతన్యముంది. నీ శరీరాన్ని నీ వెంతగా ప్రేమిస్తావో ఇతర ప్రాణులు కూడ అంతే ప్రేమను చూపుతాయి కదా! మొదట ప్రేమను నీలో నింపుకొని నీవు ప్రేమికుడిగా మారు. నిన్ను నీవే ప్రేమమయం చేసుకో, ప్రేమే సర్వస్వంగా చేసుకోగలిగినప్పుడు నీవు అన్నింటిలో అదే ప్రేమను చూడగలుగుతావు. నిన్ను నీవు ఎలా కాపాడుకుంటావో అలాగే ఇతర ప్రాణులను కాపాడాలనే స్ఫురణ కలుగుతుంది.

కానీ ఇదంతా నేడు ఎవరిలోనూ జరగడం లేదు. ఎందుకంటే ఇంద్రియాలకు లోబడి స్వార్థపూరిత మనసుకు బానిసై, చంచల

స్వభావులై, అరిషడ్వర్గాల చక్రాలలో బంధింపబడి, బాహ్య ప్రపంచపు మాయలో కూరుకుపోయి, అంతరంగానికి ప్రాధాన్యమివ్వక మనిషి రాక్షసుడిగా మారిపోతున్నాడు. రక్షకులు కావలసిన వారే భక్షకులైపోయారు.

మనమున్నది కేవలము తినడానికే అన్న భావనలో ఉండిపోయాము. మనము బ్రతకడానికి తినాలి కాని తినడానికే బ్రతుక కూడదు కదా!. సృష్టిలోని ప్రతిప్రాణికి ఆకలి వుంది. ఆహార, నిద్ర, భయం, మైథునాలనేవి ప్రతిప్రాణిలో జరిగే క్రియ. ఇది సృష్టి ధర్మం. ఇది మనిషికి వర్తిస్తుంది. అయినా వీటికి మించిన జ్ఞానం, ఆలోచనాశక్తి మనిషిలో నిగూఢమై వుంది. వ్యక్తపరిచే సామర్ధ్యము మనిషికుంది. ఆ శక్తిని గనుక ఉపయోగించుకోగలిగితే మనిషి సాధించలేనిది సృష్టిలో ఏది లేదు.

కాని ఈనాడు మనిషి వస్తువును ప్రేమించినంతగా మనుషులను ప్రేమించడం లేదు. ద్వేషిస్తున్నాడు. తన నుండి అందరిని దూరం చేసుకుంటున్నాడు.

నిర్జీవమైన వస్తువే తనకన్ని తెచ్చిపెడుతుందన్న భ్రమలో మనిషి ఉండిపోయాడు. సజీవ శిల్పం తన ముందున్న చూడలేకపోతున్నాడు. డబ్బుతో అన్నింటిని కొనగలమనే ధీమాలో వుండి గుడ్డివాడిగా మారిపోతున్నాడు. కాని...

డబ్బుతో ప్రేమను కొనగలవా -
డబ్బుతో సంతోషాన్ని కొనగలవా -
డబ్బుతో సంతృప్తిని కొనగలవా -
డబ్బుతో శాంతిని కొనగలవా -
డబ్బుతో బంధాలను కొనగలవా -
డబ్బుతో నిద్రను కొనగలవా -

డబ్బుతో మనుషులను కొంటావు కావచ్చు, వారి మనసును కొనగలవా. అందుకే ముందు ప్రేమ అనే సంపదను సంపాదించుకో.

అది ఎక్కడో లేదు నీలోనే ఆ ఖజానా దాగి వుంది. రాగద్వేషాలనే మలినాలను ప్రక్కకు తీసిపడవేయి. అప్పుడు దానికదే ప్రేమ అనే ఊటధారగా పొంగి వస్తుంది. ఎంత తోడుతుంటే రెట్టింపు ప్రేమ ఊట రెండింతలై పొర్లి వస్తుంటుంది. అపుడందరు నీవైపు ఆకర్షితులవుతారు. నీవు అయస్కాంతంలా అందరిచే ఆకర్షించబడతావు. మనలో దాగి వున్న చైతన్యమే ప్రేమగా కనబడుతుంది. అదే మనల్ని ఆనందమయం చేస్తుంది. ఆనంద సాగరం నీలో దాగివుందని తెలుసుకోవాలి. చరాచరమంతా నీకు దాసోహమంటుంది. నీ ఆత్మీయ స్పర్శను ప్రతి జీవి కోరుకుంటుంది.

నవ విధ భక్తి అంటే ఏమిటో నీకు అర్థమవుతుంది. శ్రవణమంటే చెవులతో వినడం కాదు. అనుహధ ధ్వనులు నీలో గుప్తంగా దాగి వున్నాయి. వాటిని ధ్యాన సమాధిలో నీవు వినగలుగుతావు.

మనసును నియంత్రించడానికి మన ఆలోచనలలో మార్పు రావాలి. ఇంద్రియాలు చెడును చూసినంత సులభంగా, ఆకర్షించినంతగా మంచిని చూడలేవు. ఆకర్షించలేవు కూడా!. దానికి కారణం మనసు మన ఆధీనంలో లేకపోవడమే. అందుకు మొదట ఇంద్రియాలకు ధ్యానమనే ఎర చూపాలి.

శ్వాస మన ఆయుష్షును పెంచుతుంది లేదా తగ్గిస్తుంది. మనోభావం, శరీరస్థితి మరియు పరిస్థితులు మన శ్వాస గతిని హెచ్చుతగ్గులు చేస్తాయి. క్రోధం మరియు సంతోష సమయాలలో శ్వాస గతిలో మార్పు ఎక్కువగా ఉంటుంది. మానసిక స్థితిలో మార్పు రావాలంటే శ్వాసగతిలో మార్పు రావాలి. ధ్యానసాధన శ్వాసగతిని మార్చే ఒక మంచి సాధనం. ఆ సాధన అలవాటు చేసుకున్నట్లయితే మనసు అదుపులోకి వస్తుంది. దానికి మన ఆలోచనలలో మార్పు కూడ ఎంతో ముఖ్యం.

ఎండిన విత్తనము ఎన్ని రోజులైన అలాగే వుంటుంది. అదే విత్తనాన్ని భూమిలో నాటి నీళ్ళుపట్టి **3-4** రోజులు వేచి చూడండి.

విత్తనము మొలకెత్తి మొక్కగా మారుతుంది. ఇది అందరికి తెలిసిందే. కానీ అదెలా జరిగింది. ఎలా మొలకెత్తుతుంది. దానిలో జీవం ఎలా వచ్చింది. ఆలోచించండి.

ప్రతి విత్తనములో అంకురముంటుంది. అదే దానికి ప్రాణం పోసేది. అదే ఆత్మ. భూమిలో విత్తగానే అంకురములో జీవక్రియ జరిగి విత్తనము మొలకెత్తనారంభిస్తుంది. కాని ఇదంతా జరిపేది అద్వితీయమైన శక్తి. ఇదే చరా చరాసృష్టిని రహస్యంగా నడిపిస్తుంది. మన శరీరములను నడిపించేదెవరో తెలుసుకోగలిగితే జీవక్రియ పూర్తిగా అర్థమవుతుంది. దేహమే దేవాలయమని మహాత్ములు చెప్పారు. పవిత్రమైన ఈ దేవాలయం శిథిలమైనపుడు ఊరికి దూరంగా ఉన్న శ్మశానవాటికలో కాల్చడమో లేక పూడ్చడమో లేక సమాధి చేస్తారు.

ఇంతటి పవిత్రమైన దేహంలో జంతు కళేబరాలను వేసి వాటి (భుజించి) శ్మశానవాటికగా మన ఉదరాన్ని చేయడం లేదా! చనిపోయే జంతువుల శాతం 1-2 అయితే చంపబడే జంతువుల శాతమే ఎక్కువ. ఎందుకంటే మనం తినే ఆహారంలో ఒక భాగమైపోయింది జంతుమాంసం. కాదు ఆహారంలో ఒక భాగంగా మనం మార్చుకున్నాము.

ప్రతి ప్రాణికి ఆయువు కాలపరిమితి నియమించాడు భగవంతుడు. ఒక్క ప్రాణులకే కాదు ప్రకృతిలో సృష్టించబడిన చెట్లు చేమలకు సైతం కాలపరిమితి వుందని అందరికీ తెలిసే వుంటుంది ముఖ్యంగా రైతులకు. మనిషి తయారుచేసిన వస్తువులకే కాలపరిమితి నియమించుకున్నపుడు భగవంతుడి సృష్టిలోని జీవరాశికి కాలపరిమితి వుంటుంది కదా!

రైతు పండించే పంటకు కాలపరిమితి వుంది. చిక్కుడు, బీర లాంటి తీగమొక్కలు విత్తిన 4-5 నెలల్లో పెరిగి పూర్తికాయలనిచ్చి దానికదే ఎండిపోతుంది. మరి అదెలా జరుగుతుంది.

దానికి కాలపరిమితి నియమించిందెవరు? ఒక వృక్షం కొన్ని సంవత్సరాలుంటే ఈ తీగమొక్కలు 4-5 నెలలే ఎందుకుంటాయి. మరి కొన్ని వృక్షాలు కొన్ని వందల సంవత్సరాలు ఎలా జీవిస్తాయి? జంతువులకు, భూచర-జలచరాలకు, క్రిమి కీటకాదులకు సైతం ఇదే విధమైన నియమాలను కాలపరిమితిని అన్నింటికి నియమించాడు ఆ సర్వాంతర్యామి. ఇదంతా సృష్టి ధర్మం అని ప్రతి ఒక్కరు తెలుసుకోవాలి.

అదే విధంగా మనిషికి కూడ 100-125 సం॥ల ఆయుష్షునిచ్చాడు భగవంతుడు. ప్రకృతిలో జరిగే ఈ జీవకార్యాన్ని తెలుసుకోవడానికే మనిషికి ఆలోచనాశక్తిని, ప్రతిసృష్టిని చేయగల సామర్ధ్యాన్ని కూడ భగవంతుడిచ్చాడు. బృందావనం లాంటి ప్రకృతిని కాపాడే భాధ్యత, సంరక్షించే భారాన్ని మనిషికిచ్చాడు. కాని అటువంటి మనిషి ఈనాడు రక్షకుడిలా కాక భక్షకుడిలా మారిపోయాడు.

కొందరికి సందేహం రావచ్చు. జంతువులను మనం తినడానికి కదా సృష్టించాడు. మనం తినకపోతే వాటి సంఖ్య పెరిగిపోతుంది కదా! దీని గురించి మనం ముందే చెప్పుకున్నాము. మనం వాటిని తిన్నా, తినకపోయిన జన్మ-మరణాలు అన్నింటికి వున్నాయి కనుక వాటి సంఖ్య గురించి మనకు లెక్క అవసరం లేదు.

ఇక ఆధ్యాత్మికపరంగా ఆలోచించినట్లయితే మహాత్ముల వచనానుసారంగా:

ఆత్మ - పరమాత్మ.

ఆత్మ : శరీర సృష్టిని నడిపించే తాను వెళ్ళాలనుకున్నపుడు శరీరాన్ని వదిలి వెళ్ళిపోతుంది. అదే ఆత్మ చైతన్య శక్తి. అదేవిధంగా పంచ మహాభూతాలను తన కక్ష్యలో నడిపించేది పరాశక్తి అదే పరమాత్మ. ఆ పరమాత్మ ఆధారంగానే ఈ ఆత్మ నడుస్తుంది. ప్రకృతిలోని ప్రతిప్రాణిలో, చెట్లు చేమలలో కూడ ఈ జీవశక్తి ఉంది. అదే అన్నింటికి మూలాధారం.

ఒక వ్యక్తి వస్తువును కొనడానికి ఎంతో శ్రమించి కొంత డబ్బును కూడబెట్టి దుకాణానికి వెళ్ళి వస్తువును కొంటాడు. ఆ దుకాణం యజమాని వస్తువును విక్రయించినపుడు వస్తువుతో పాటు నియమాల పట్టికను ఇచ్చి దాని ప్రకారంగా వస్తువును వినియోగించాలని చెబుతాడు. ఇంటికి తీసికొచ్చిన తరువాత ఆలోచనలో మార్పు వచ్చి, ఈ వస్తువును నేను కొన్నాను. కాబట్టి దీనిని నా యిష్టం వచ్చినట్లుగా ఉపయోగిస్తానంటే అది పనిచేస్తుందా! లేదు కదా! అతడిచ్చిన నియమానుసారంగా వాడితేనే అది సరిగ్గా పనిచేస్తుంది.

అదే విధంగా ఈ శరీరం నాది, నా యిష్టం వచ్చినట్లు నేను నడుచుకుంటానంటే శరీరం మనకు సహకరించదు. హెచ్చు-తగ్గులు జరుగుతాయి. ప్రకృతినియమానుసారంగా నడుచుకుంటేనే ఈ శరీరం మన మాట వింటుంది. మనల్ని సృష్టించి నడిపించే (ఆత్మ) దేవుడు చెప్పిన ప్రకారంగా ఈ శరీరాన్ని వాడుకున్నట్లయితే...

మన పుట్టుక ఏమిటి? మనం ఏం చేయాలి? ఏది చేయకూడదో అర్థమవుతుంది. ఈ శరీరం నాది కాదు. దీనిని నడిపించే యజమాని (ఆత్మ) లోపల ఉన్నాడు. అతడు చెప్పిన ప్రకారంగా నడుచుకోగలిగితే ఆ దైవం ఎవరో అర్థమవుతుంది. సురులు - అసురులు ఎక్కడో లేరు. మనలో వున్న చెడుగుణాలను రాక్షసులుగా, మంచి గుణాలను సురులుగా పోల్చవచ్చు. క్రూర స్వభావులను రాక్షసులని, ప్రేమ దయాగుణం కలవారిని దైవ స్వరూపులని పిలవడం లేదా!

చలనం లేని జడ వస్తువులో ఆత్మ లేదు.

ఈశ్వరుడితో సంబంధము ఆత్మతో ఉంటుంది. ఆత్మ ఉన్న ప్రతి ప్రాణి ఈశ్వర రూపమని గ్రహించాలి.

ఆ భగవంతుడిని చూడడానికి ఎన్నో మార్గాలుండవచ్చు. చూసే దృష్టి వేరుగా వుండవచ్చు. కాని అతడు అందరిని ఒకే దృష్టిలో చూస్తాడు. అందరికి సమంగా ప్రేమను పంచుతాడు. ఆ ప్రేమను పొందే పాత్రత మనలో ఎక్కువ తక్కువ ఉండటం వల్ల అతడిని ప్రేమ దృష్టితో

చూడలేక పోతుండవచ్చు. జీవిత చక్రవ్యూహంలో మనం చిక్కుకుని అభిమన్యుడివలె వలయం నుండి బయటికి రాలేక చేరవలసిన గమ్యాన్ని మరిచిపోయాము కావచ్చు. మాయా వలయము నుండి ఎలా బయటికి రావాలో మనకు తెలియదు. అందుకు మార్గదర్శకము చేసే గురువులు కావాలి.

1. మానవుడే మాధవుడు

ఈనాడు అందరిలో భక్తి భావం పెరిగింది. ఆధ్యాత్మిక జ్ఞానాన్ని తెలుసుకునే ప్రయత్నం చేస్తున్నారు. సాధనా ప్రక్రియకు ప్రాధాన్యమిస్తున్నారు. అయినా భక్తిలో ప్రేమ కనిపించడం లేదు. భక్తి పెరిగింది, భక్తులు పెరిగారు. దేవుళ్ళకైతే కొదవే లేదు. ముక్కోటి దేవుళ్ళు. వీధికొక గుడి, ఇంటికొక్క దేవుడు. ఇంత జరుగుతున్న మరి పాపమెందుకు పెరుగుతుంది అని ఎవరూ ఆలోచించడం లేదు.

దేవుళ్ళు, భక్తులు, భక్తి అన్ని పెరిగినపుడు ప్రేమ పెరగాలి గాని ద్వేషమెందుకు పెరుగుతుంది? స్వార్థమెందుకు అందరిలో రాజ్యమేలుతుంది? బంధాలు, అనుబంధాలు దూరంగా ఎక్కడికి వెళ్ళిపోయాయి? దయాగుణం ఎక్కడ దాగి ఉంది? ప్రేమ లేని భక్తి, శ్రద్ధ లేని భక్తి చేసి ప్రయోజనమేముంది?

పొరుగు దేశం వారు మన సంస్కృతిని పొగడుతూ దీనిని ఆచరిస్తుంటే మనమెందుకు మన సంస్కృతిని మరిచిపోతున్నాము. పూర్వం రాజులు గురువుల వచనాలనాచరిస్తూ ఆధ్యాత్మిక మార్గంలో నడుస్తూ భక్తిశ్రద్ధలతో ప్రజలను కన్నబిడ్డల వలె పాలించేవారు. కాని ఇపుడు అది జరగడం లేదు. ఒక గొర్రె నీతి (దారి) తప్పితే మిగతా గొర్రెలు దాని వెంట నడిచినట్లుంది మన పరిస్థితి.

అందుకే ముందు మనం మారాలి. ప్రతి మనిషిలో మార్పు రావాలి. మన సంస్కృతిని మనం తెలుసుకోవాలి. ఆధ్యాత్మిక జ్ఞానాన్ని తెలుసుకోవాలి. దానిని కాపాడుకొనే ప్రయత్నం చేయాలి.

అజ్ఞానిని సైతం మేల్కొలిపి ఆత్మ అంటే ఏమిటో తెలియని అమాయకుడికి ఆత్మజ్ఞానాన్నిచ్చి మెదడుపై కమ్ముకొన్న అజ్ఞానపు మాయ తెరలను తొలగించి జ్ఞాన దివ్వెలు వెలిగించారు శ్రీ పూలాజీ బాబా.

మానవ మేధస్సు ఒక విశ్వకేంద్రమని, మేధాశక్తిని ఎవ్వరూ అంచనా వేయలేరని, దివ్యాత్మశక్తి అందరిలో నిహితమై ఉన్నదని, భూలోకాన్ని దివ్యలోకంగా మార్చుకోగల శక్తి మనిషిలో దాగి వుందని బాబా ఉపదేశాలలో చెబుతుండేవారు. మనిషి సాధన ద్వారా దివ్య మానవుడిగా మారవచ్చునని, తనని తాను మార్చుకోవచ్చని, శాంతి ఆనందానుభూతి వంటివి ఎక్కడో లేవు, ఎవరో ఇస్తే వచ్చేవి కావని, అన్నీ మనలోనే వున్నాయని, ఆత్మ సుఖాన్ని ఇక్కడే పొందవచ్చునని ప్రతిరోజు బోధిస్తూ ఉండేవారు బాబా.

ఒక మనిషి మెదడుకు పదును పెట్టి ఎన్నో అద్భుతాలు సృష్టిస్తే, మరో మనిషి తన మెదడును పడుకోబెట్టి ఏమి తెలియని వాడివలె వుండిపోయాడు. మరో వ్యక్తి ఇతరులపై ఆధారపడి తనకు మెదడున్న సంగతినే మరిచిపోయాడు. మానవశక్తి ఎంత గొప్పదో తెలియక స్వయంపోషక జీవియైన మనిషి పరాన్నజీవిగా బ్రతుకుతూ తనని తాను మరిచిపోయాడు.

అందుకే ఈనాడు పూలాజీ బాబా జ్ఞానబోధనలు చేస్తూ మనలోని శక్తి ఏమిటో, దానిని ఎలా తెలుసుకోవాలో చెప్పేవారు. ఈ జ్ఞానం ఈనాటిది కాదు వేదకాలం నుండి వస్తున్నదే కాని మధ్యకాలంలో లుప్తమైపోయింది. మన నుండి మనల్ని దూరం చేసి జ్ఞానానికి బహుదూరంగా వుంచారు కొందరు.

మానవ శరీరం ఎంత గొప్పదో, అద్భుతమైనదో ఎలా నడుస్తుందో, ఎవరు నడిపిస్తున్నారో మనకు తెలియదు. అది తెలియడానికే బాబా అందరిని ఒక దగ్గర చేర్చి మార్గదర్శకం చేస్తూ ధ్యాన మార్గాన్ని చూపెట్టారు. ఆత్మశక్తిని జాగృతి చేసి భగవంతుడు ఎక్కడో లేడు

అందరిలో ఆత్మరూపంలో, చైతన్యశక్తి శక్తి రూపంలో వున్నాడని తెలియచేసారు.

మానవ దేహాన్ని తయారు చేసిన మెకానిక్ ఎక్కడున్నాడు? దీనిలోని పరికరాలు (అవయవాలు) ఏ దుకాణంలో దొరుకుతాయి? ప్రాణవాయువును శ్వాస రూపంలో లోనికి పీల్చి మన శరీరానికి శక్తినిచ్చేదెవరు? శరీర యంత్రాంగాన్ని నడిపించే శక్తి ఎవరు? కంప్యూటర్ యుగంలోకి అడుగుపెట్టి ప్రపంచాన్ని అరచేతిలో చూడగలుగుతున్న మనిషి తన అంతరంగ ప్రపంచాన్ని ఎందుకు చూడలేక పోతున్నాడు?

మన పూర్వీకులు చూపినది ఆధ్యాత్మిక జ్ఞానం, ఆత్మ ధ్యానమే మన భారతీయ సంస్కృతి అన్న సత్యాన్ని మరిచి అంతరంగ ప్రపంచాన్ని నడిపించే చైతన్య శక్తియే ఆత్మయని, ఆత్మశక్తి ద్వారానే ఈ జీవక్రియలన్ని జరుగుతున్నాయని తెలుసుకోలేక పోవడమే ఇందుకు కారణం కావచ్చు.

దేవుడంటే మనిషి దృష్టిలో కోరికలు తీర్చే మందిరములోని విగ్రహం. ఆకారంలో కనపడుతున్న చలనము లేని దేవుడిని (విగ్రహాన్ని) చూసి అతడే రక్షించువాడనే భ్రమలో వున్నాడు. కాని మనల్ని నడిపించే, మనలో వుండే, మనకు కనిపించక చైతన్య రూపంలో వున్న అతీతశక్తియే దేవుడు. దైవం, భగవంతుడు, ఈశ్వరుడు, ప్రభువు, అల్లా అని శబ్దరూపంలో వివరించారు. మహాత్ములు కాని ఆకారంలో చూపించలేదు.

కాని మనిషి మహాత్ములు చూపిన నిరాకార దైవాన్ని చూడలేదు. ఎందుకంటే ఈ కళ్ళకు అతడిని చూసే శక్తి సామర్థ్యం లేదు. ఆత్మదృష్టిలో (అంతర్నేత్రం) చూడగలిగితే ఆ దైవాన్ని తెలుసుకోవచ్చు. పంచభూతాలు మన జీవనాధారమై వుండి సృష్టిని నడిపిస్తున్నాయి. అందుకే ఈ తత్వాలనే నిరాకార శక్తినే దైవం అని శబ్ద రూపంలో చెప్పారు మహాత్ములు.

భగవంతుడు సృష్టించిన ఈ అందమైన బృందావనంలో ప్రతి ప్రాణిని సంరక్షించే భాధ్యత ఒక్క మనిషికే ఇచ్చాడు. కాని మనిషి అది మరిచి స్వార్ధపు వలయంలో పడి తన కర్తవ్యాన్ని మరిచిపోయాడు. తనని తాను తెలుసుకున్న మనిషి మహా ఆత్మగా వెలిగి మహనీయుడై, మార్గదర్శకుడై, దైవదూతగా పిలువడి అవదూతగా దేవుడుగా పిలువబడుతుంటాడు.

అందుకే మానవుడే మహనీయుడు,
మానవుడే మాధవుడు.
మానవుడే దేవుడుగా పిలువబడుతున్నాడు.

2. గురువు - సద్గురువు

భౌతిక జ్ఞానమిచ్చే వారు గురువు

ఆత్మ జ్ఞానమిచ్చేవారు సద్గురువు

గురువులకు సద్గురువులకు భూమ్యాకాశాలకున్నంత తేడా వుంటుంది. తల్లి తండ్రి, గురువులు, సమాజం మనకు లౌకికజ్ఞానాన్ని నేర్పిస్తుంది. ప్రపంచంలో ఎలా జీవించాలో నేర్పిస్తారు. కాని సద్గురువులు లౌకిక జ్ఞానమే కాకుండా ఆత్మజ్ఞానాన్ని అందిస్తారు. ఆత్మ- పరమాత్మ అంటే ఎవరు? మన స్వరూపం ఏమిటి? అనే విషయాన్ని తెలిపి మనల్ని జాగృతపరుస్తారు. జీవితంలో మనం వినని, చూడని వాటి గురించి తెలిసేట్లు చేస్తారు. నేర్చుకునే పాఠాలు, గుణపాఠాలు ఎన్నో ఉన్నాయని మరెన్నో ఉంటాయని తెలియజెప్పి త్రికాల జ్ఞానాన్ని ప్రసాదిస్తారు. గమ్యం వరకు చేర్చే ప్రయత్నం చేస్తారు. అందుకే సద్గురువుల సాంగత్యం ఎంతో అవసరం. వేదాలు, శాస్త్రాలు, పురాణాలు, ఋషులు మునులు, మహాత్ముల ఇతిహాసాల జ్ఞాన సముద్రము నుండి జాలువారిన అక్షర బిందువుల ఆత్మానుభవ కెరటాల సంపుటాలు మనిషి జీవితాన్ని పూబాటలో నడిపించే మార్గదర్శకాలు.

అజ్ఞానమనే వ్యాధిని నయంచేయడానికి జ్ఞానమనే ఆసుపత్రిలో ధ్యానసాధనమనే ఔషధమిచ్చి మానసిక రుగ్మత నుండి మనల్ని దూరం చేస్తారు మహాత్ములు వారే సద్గురువులు. డాక్టర్లు శరీరానికి సంబంధించిన వ్యాధులను మందుల ద్వారా నయం చేసి మన

జీవితాలను సుగమం చేస్తారు. ఆధ్యాత్మిక జ్ఞానం ఆదివ్యాధులనే కాకుండా తరతరాలకు సన్మార్గమును చూపెడుతుంది, లక్ష్యసాధన దిశగా అడుగులు వేయిస్తుంది.

జగాన్ని పట్టి పీడిస్తున్న అజ్ఞానాన్ని దూరం చేయడానికే మహాత్ములు జన్మిస్తుంటారు. చూడటానికి ఏమి తెలియనివారివలె, పిచ్చివాల్లవలె కనిపించిన వారు సంకల్పం ద్వారా గుప్తంగా కార్యాలు చేస్తారు.

"మాయ్ బాప్ ఐసా నా కరీ" అన్నారు తుకారామ్ మహరాజ్. తల్లిదండ్రులు సైతం ఇవ్వలేని జ్ఞానాన్ని మహాత్ములు మనకిస్తారు. జీవితానికి అర్థాన్ని, పరమార్థాన్ని మరియు శాంతిని అందిస్తారు. అజ్ఞానాన్ని దూరం చేస్తారు. అజ్ఞానాన్ని దూరం చేయడం అంత సులువైన పనికాదు. డాక్టర్లు, లాయర్లు, పోలీసులు, ప్రభుత్వం ఇత్యాదులెవ్వరు చేయలేని పనిని మహాత్ములే చేయగలుగుతారు. వారిలో అంతటిశక్తి ఉంటుంది. వారిచ్చే జ్ఞానం అమృతమై సంజీవనిలా పనిచేసి మనల్ని రక్షిస్తుంది. దుర్వ్యసనాలనుండి దూరం చేస్తుంది. కష్టాల సాగరం వంటి సంసారాన్ని స్వర్గంలా మారుస్తుంది.

విశ్వశక్తిని పొంది ఉన్న సద్గురువులు తమ శక్తి ద్వారా, సంకల్పం ద్వారా పరిసరాలను మారుస్తారు. పరివర్తన కలుగజేస్తారు. జ్ఞానగంగను ప్రవహింప చేస్తూ అందరిని ఉద్ధరిస్తారు వారు. సచ్చిదానంత స్వరూపులుగా ఉంటూ జగత్తును ఆనందసాగరంలో విహరింప చేస్తారు.

శ్రీకృష్ణ పరమాత్మ భగవద్గీతలో సెలవిచ్చినట్లుగా ప్రతి యుగంలోను మహాత్ములు జన్మించి దుష్టశిక్షణ, శిష్టరక్షణకావిస్తారు. ఆత్మ జ్ఞానమిచ్చి జనులని ఉద్ధరిస్తారు.

చలేనా ఢలేనా దేవ్, ఐసా జాంచా అంతర్భావ్

తేచీ జానీజే మహానుభావ్ - తోచీ సాధూ

భావం: ఆది అంతము లేని శాశ్వత పరబ్రహ్మమే భగవంతుడని చెప్పే స్థిరమైన మనోభావము కలవారే మహానుభావులు. వారే సాధువులని చెప్పారు.

జో జనా మధ్యే వాగే - పరీ జనా వేగ్‌ళీ గోష్ఠీ సాంగే
జాంచీ అంతరీ జ్ఞాన్ జాగే - తోచీ సాధూ

ప్రజలలో ఉంటూ, ప్రజల ఆలోచనలకందని శబ్దాలను పలుకుతూ ఆత్మజ్ఞానాన్ని అంతరంగములో జాగృతి చేయువారే మహాత్ములని సాధువులని శ్రీమద్ దాస్‌భోద్ అను మరాఠి గ్రంథములో చెప్పబడింది.

సత్+గు+రు - సద్గురు. అనగా

అఖండ అవినాశియైన నిత్యచైతన్య వస్తువును (ఆత్మ) అజ్ఞానమనే చీకట్లను పారద్రోలి జ్ఞానప్రకాశ కిరణాలను మనపై వెదజల్లుతారు. అందుకే వారిని సద్గురువులు అన్నారు. మహాత్ములని అన్నారు.

అందుకే మహాత్ముల గ్రంథాలన్ని ఆత్మజ్ఞాన నేత్రంతో చూసి అనుభవాన్ని గ్రంధస్తం చేసారు. మనం వాటిని చదవాలంటే జ్ఞాననేత్రం కావాలి. అది ఒక్క సద్గురువులు మాత్రమే మనకిస్తారు.

"శ్రవణాత్ పేరణీకేళీ - నయనాత్ ఉజాలా ఆలీ" శ్రావ్యమైన ధ్వని తరంగాలు వినినంతనే ఈ కళ్ళలో ఉజ్వలకాంతులు వెలుగుతాయి. విత్తనాలు నాటిన తరువాత నీటిని పోసి నారును పొంది కలుపును తీసి పెంచుకుంటే ఫలాన్ని పొందుతాము. అదేవిధంగా మహాత్ముల వచనాలను వింటూ ఆచరణలోకి తెచ్చి సాధన చేస్తు మనలోని అజ్ఞాన మలినాలను (కలుపును) తొలగించినట్లయితే జ్ఞానఫలాలను మనము పొందవచ్చు.

ప్రతి మనిషికి రెండు కళ్ళుంటాయని తెలుసు. కాని మూడవ కన్ను కూడ వుంటుంది. ఇది అందరికి తెలియకపోవచ్చు. అదే జ్ఞాననేత్రం.

కనులతో మనం అన్నీ చూడగలం అనుకుంటారు. కాని ఈ కళ్ళకు కనపడనివి ఎన్నో వున్నాయి. అంతెందుకు మనల్ని మనం చూడగలమా! లేదు. దానికి అద్దం లాంటి గురువు కావాలి. గురువులు ఎందరో ఉన్నారు. మన నుండి ఏదో ఆశించేవారిని గురువులనే భ్రమలో పడకండి.

దేహంలోని ఈశ్వరుడిని చూపే గురువులు, ఆత్మ జ్ఞానాన్నిచ్చే గురువులు నిజమైన సద్గురువులు. కర్మ చక్షువులకు ఆత్మదేవుడు

కానరాడు. అతడు నిరాకారుడు. అతడిని చూడాలంటే జ్ఞాననేత్రంతో చూడాలి. అది కేవలం ఒక్క సద్గురువు మాత్రం తెరిపించగలుగుతాడు. గురుమాత వలె మనల్ని ప్రేమిస్తాడు. వారు విశ్వప్రేమికులై వుంటారు.

గురూ ధరూనీ హాత్ నేలే మహారణ్యాత్,
తిథే దాఖ్‌విలే ఏక్ జ్యోత్.

అజ్ఞానమనే చీకటి నుండి సద్గురువు నా చేయిపట్టి నడిపించి మహారణ్యమనే ప్రకాశంలోకి (జ్ఞానం) తీసుకెల్లి జ్యోతి స్వరూపాన్ని చూపించారని పై వ్యాక్యార్థం.

ఇంతటి మహత్తరశక్తిని కలిగి ఉంటారు సద్గురువులు. సత్యమార్గాన్ని నడిపించే మార్గదర్శకుడే నిజమైన గురువు. దివ్యాత్మగా ప్రకాశిస్తూ అందరిపై కరుణను చూపుతారు.

మహాత్ముల వచనాలు శస్త్రాలకంటే పదునైనవిగ ఉంటాయి. రాజులు శస్త్రాలతో యుద్ధం చేసి ధర్మాన్ని నిలబెడితే, మహాత్ములు జ్ఞానవచనాలను శస్త్రాలుగా చేసి ధర్మాన్ని కాపాడతారు. పాపం ఎవరు చేయకుండా తమ అమృతవచనాలతో ప్రతి ఒక్కరిని మార్చే ప్రయత్నం చేస్తారు.

అజ్ఞానచీకట్లను పారద్రోలి, జ్ఞానప్రకాశ కిరణాలను ప్రసంరింపజేసే శక్తిపాత సంచారము చేయువారే సద్గురువులు. శబ్ద, స్పర్శ, దర్శన మరియు కృపాదృష్టి ద్వారా శిష్యులలో శక్తిపాతం కావించి కుండలినీశక్తిని జాగృతపరచి స్వస్వరూప దర్శనం కావిస్తారు.

అభయము నీవే అంతరంగమున...

3. భగవంతుడి చిరునామా!

మనలో చాలామందికి భగవంతుడి మీద విశ్వాసముండదు. ఉన్నట్లు మాట్లాడతారంతే. నిజమైన విశ్వాసమున్న వారెవ్వరు భగవంతున్ని తప్ప వేరొకరినాశ్రయించరు. ప్రగాఢమైన భగవద్విశ్వాసంతో ఎందరో మహాత్ములు జీవించారు. అలా జీవించడం మనకిష్టముండదు. భౌతిక భోగాలేవి వదులుకోకుండానే దేవుడు మనకు కనిపించి రోజు హాజరు వేయించుకోవాలని మనందరి ఆలోచన. అలా రావడానికి పోవడానికి ఆయన ఒక చోట ఉండి మరోచోట లేకపోతే కదా! కాశీలో ఉన్నాడని ఉత్తర దిక్కంతా తిరిగి, రామేశ్వరంలో ఉన్నాడని దక్షిణ దిశంతా తిరిగి ఇలా దేశమంతటా తిరుగుతూ కూర్చుంటే తూర్పు తిరిగి దండం పెట్టాల్సిందే.

ఆయన ఎక్కడున్నాడో వేదంలోని మంత్రపుష్పం చాలా చక్కగా వివరించింది.

పద్మకోశ ప్రతీకాశగం హృదయం చాప్యదోముఖం ।
అధోనిష్ట్యా వితేస్తాంత్యే నాభ్యము పరి తిష్టతి ॥

భావం : మన శరీరంలోనే గొంతుకు దిగువగా నాభికి పైన గల ప్రదేశంలో పన్నెండు అంగుళాల ఎడంగా హృదయ కమలముంది. అది ఆయన నివాసస్థానమని వేదం స్పష్టం చేస్తుంది.

ఉపనిషత్తులలో కూడ స్పష్టంగా వివరించబడింది. ఇంత స్పష్టంగా ఇంటినంబరు, వీధి పేరు చెప్పినంత వివరంగా మన దేహంలోనే భగవద్దర్శనం చేయిస్తోంది.

శరీరమంటే కాలకృత్యాలకో, కామకృత్యాలకో ఉపయోగపడే భోగసాధనం అనుకొని ఇంతకాలం గడిపేశాం. పూజ తరువాత మంత్రం చదవడమంటే అదేదో మొక్కుబడిగా పది మంది ఒకరు మీద ఒకరు పోటీపడి చదవడమే అనుకున్నాం. పుణ్యాం కోసం పూజలు చేయకూడదు. పురుషార్థం కోసం చేయాలి. పరమార్ధాన్ని అందుకోవడం కోసం చేయాలి. అపుడే మనలో దాగి వున్న మన మూలాన్ని కనిపెట్టగలం. భగవంతునిపై గాఢమైన విశ్వాసమేర్పరుచుకోగలం.

అతిసూక్ష్మమైన ఆత్మ మన శరీరంలోనే ఉంది. దానిని అందుకొనడానికి ఏకాగ్రతతో ధ్యానం చేయాలి. ముడుచుకుని కూర్చోని చేసే ధ్యానానికి మూడడుగులు చాలు.

మనిషి చనిపోవాలంటే ఆరడుగుల నేలకావాలి. కాని బతికి బాగుండాలంటే ముక్తి పొందాలంటే మూడడుగుల నేల చాలన్నమాట. అదే "సూక్ష్మంలో మోక్షం".

అందుచేత భగవంతుడి గురించి ఆ గుళ్ళో, ఈ గుళ్ళో వెతికి నమ్మకం కోల్పోయే కంటే అందరిలో ఉన్న గుడిలో వెతకడం మంచిది. అంటే హృదయంలో అన్నమాట.

ఆ భగవంతుడెలా వున్నాడు?
నిరాకార రూపంలో, ఆత్మ రూపంలో
ఆత్మ ఎలా ఉంది?
జ్యోతి రూపంలో
జ్యోతి ఎలా వుంది?
ప్రకాశంలా మిల.. మిల.. మెరుస్తూ

ఆ మెరిసే ప్రకాశమే శక్తిరూపంలో ఈ శరీరాన్ని నడిపిస్తుంది. అదే భగవంతుడు. పంచతత్వాలతో ఏర్పడిందే ఆత్మ. ఈ తత్వాలే విశ్వంలో వ్యాపింపబడి ఉన్నాయి.

చరాచర జీవరాశినంత "శ్వాస" అనే చైతన్యశక్తిని నడిపించేది ఈ తత్వాలే. జలచర, భూచర, అగోచర జీవరాశి జీవనాధారము ఈ

తత్వాలే. అన్నింటిని తనలో ఇముడ్చుకొని అంతటా వ్యాపించి వున్న దైవత్వమే ఈ విశ్వరూపం.

దేహమనే ఆలయంలో అంతర్యామి ప్రచ్ఛన్నంగా ఉంటాడు. దాన్ని మనసు అనే తలుపులు మూసి ఉంటాయి. నిర్మలభక్తి అనే తాళపు చెవితోనే అంతరాలయ తాళం తెరుచుకుంటుంది. అపుడే మన అంతర చక్షువులకు అంతర్యామి దేదీప్యమానంగా కనిపిస్తాడు.

భక్తుడైన ఆంజనేయస్వామి శ్రీరామున్ని తన హృదయములోనే చూశాడు. ఆ విగ్రహాన్ని ఏ ఆలయంలో వెదకలేదు. సాధకుడు కూడా అలాంటి భక్తి కోసమే ప్రయత్నించాలి. అపుడే భగవంతుడి చిరునామా తన హృదయమే అని అపుడర్థమవుతుంది.

Babaji doing Shaktipaat Diksha in Mallangi

4. మనసు

శరీరం నిలబెట్టడానికి పంచభూతాలు కారణభూతాలు. పురుషుని యందు నీడ ఉన్నట్లుగా బ్రహ్మ యందు ప్రాణతత్వం ఉంటుంది. ఆ ప్రాణమే మానసికమైన ఆలోచనల వలన ఏర్పడు కర్మల నిమిత్తంగా ఈ శరీరంలో ప్రవేశిస్తుంది. అస్తమించేటపుడు సూర్యకిరణములన్నీ ఏ విధంగా తేజోమండలములో ఏకమౌతున్నాయో మరల ఉదయించేటపుడు ఏ విధంగా నాలుగు మూలలకు వ్యాపిస్తున్నాయో అట్లాగే ఇంద్రియాలన్ని కూడ సూక్ష్మమైన దివ్యమైన మనసునందు లీనమౌతాయి. ॥ ప్రశ్నోపనిషత్తు ॥

॥ ప్రశ్నోపనిషత్తు ॥

మనసు దర్పణములోనే మంచి, చెడుల
చిట్టాను చూసుకో. మనసే చూస్తుంది,
ఆ మనసే చూపిస్తుంది.
నీవు చేసే ప్రతి పనికి కారణం మనసే
అన్నింటికి ఆధారం మనసే.
జగానికి దూరంగా నీవెంత పరుగెత్తిన
మనసుకు దూరంగా పరుగెత్తలేవు.
అందుకే మనసే దైవం. మనసే దేవత
మనసు కంటే గొప్పది ఈ లోకంలో మరొకటి లేదు... ఉండబోదు.
అసలు మనసు అంటే ఏమిటి? అది ఎక్కడుంది? ఏం చేస్తుంది?

మన అంతరంగ ప్రపంచాన్ని నడిపించేది మనసు. శాసించేది మనసు. మనసు ఆధీనములో మన శరీరముంది అనడంలో ఏమాత్రం సందేహం లేదు.

మనిషి పుట్టడంతోనే అతనిలో మమేకమై వున్నాయి పదకొండు ఇంద్రియాలు. అవి లేకుంటే మనుగడ సాధించలేడు. ఆ పదుకొండులో అయిదు జ్ఞానేంద్రియాలు, అయిదు కర్మేంద్రియాలు మరియు మనసు ఉన్నాయి. చెవి, చర్మం, కళ్ళు, నాలుక, ముక్కు అనేవి జ్ఞానేంద్రియాలు, మలద్వారం, మూత్రద్వారం, కాళ్ళు, చేతులు, మాట అనేవి కర్మేంద్రియాలు. ఈ పదింటికి చివర మనసు.

ఈ పదకొండు ఇంద్రియాలు పదకొండు విధాలుగా మనిషిని కష్టపెడతాయి. ఇంద్రియ నిగ్రహమనేది మనిషికి బతుకు సమస్య. నిగ్రహాన్ని కోల్పోతే చెవులు చెడు మాటలనే వింటాయి. చర్మం పనికిరాని స్పర్శను కోరుకుంటుంది. కళ్ళు చూడరాని వాటిని చూస్తుంది. నాలుక అనారోగ్యకరమైన రుచులను కోరుకుంటుంది. ముక్కు దుర్గంధాలను స్వీకరిస్తుంది. మల మూత్ర ద్వారాలు పనిచేయకుండ పోతాయి. కాళ్ళు చేతులు హింసను ఆచరిస్తాయి. మాట అదుపు తప్పుతుంది. ఇలా పది ఇంద్రియాలు చేసే నష్టం ఒక ఎత్తు. అసలు ఈ పది ఇంద్రియాలను మంచిగాను - చెడుగాను మార్చేది మనసు. మనసు చెప్పినట్లు ఇంద్రియాలు వింటాయి.

మనం చేసే ప్రతి కార్యం మనసుపై ఆధారపడి ఉంటుంది. మంచి ఆలోచన ఆనందాన్నిస్తుంది. చెడు ఆలోచన దుఃఖాన్ని కలిగిస్తుంది. మనసు ఎంత సున్నితమో అంత కఠోరమైనది కూడా. అందుకే ఈ మనసును ఆధీనపరుచుకునే ప్రయత్నం చేయాలి. మనసును మనవైపు తిప్పుకోవడానికి ఏకైక మార్గం ధ్యానం. ధ్యానం ద్వారా ఇంద్రియాలు కొంతవరకు శాంతపడతాయి.

సూర్యుడి నుండి వచ్చే కిరణాలు మనవరకు చేరతాయి కదా! ఈ కిరణం వెంట దృష్టి సారించినట్లయితే అల్లంత దూరంలో

ఉండే సూర్యుడిని చూడగలుగుతాము. అదేవిధంగా మనసు అనే సూర్యుడి నుండి ఆలోచనలనే కిరణాల వెంట మనం మనలోకి ప్రయాణించినట్లయితే ఆ మనసుదాకా వెళ్ళవచ్చు. దీనికి సాధన ఎంతో అవసరం.

ఈ మనసే మనల్ని బయటి ప్రపంచపు మాయలో గిరగిరా తిప్పుతుంది. మనిషికి యజమానిలా మనసుంది కాబట్టే ఇంద్రియాలన్ని మనసు చెప్పినట్లు వింటాయి. అదే మనసు ఆత్మను తెలుసుకోవడానికి సాధనంగా కూడా ఉపయోగపడుతుంది. మనసు ఆధీనపరుచుకొన్నపుడే ఆత్మ యొక్క క్రియలు మనకర్థమవుతాయి. జ్ఞానం ఆత్మ గుణం కాని మనసుది కాదు. అయిన కూడ ఆ మనసే మనిషి యొక్క శక్తులకు మూలమై ఉన్నది. మనసే సారథిలా కూర్చుండి మనిషిని ఆడిస్తుంది. వాస్తవంగా చూసినట్లయితే మనిషే యజమాని మనసు కాదు. మనసును ఏకాగ్రం చేసినపుడే మనిషి ఫలితాలను పొందగలుగుతాడు. మనలోని అంతరిక శక్తియే మనసు. ఇంద్రియాల ద్వారా మస్తిష్కం ద్వారా మనసు చూడగలుగుతుంది. వినగలుగుతుంది, రుచి చూడగలుగుతుంది, వాసన పసిగట్టగలుగుతుంది. స్పర్షను తెలుసుకోగలుగుతుంది. మనసే సుఖ దుఃఖాలకు మూల కారణం.

పంచ తత్వాలతో ఏర్పడిన ఈ శరీరంలో ఆత్మ ఉన్నంతవరకే మనిషి బ్రతికి ఉంటాడు. ఆత్మను తెలుసుకోవాలంటే ముందు మనసును ఆధీనపరుచుకోవాలి. దీనికి సులభమైన మార్గం ధ్యానయోగ మార్గం. ఇది సహజయోగం. జీవితంలో వచ్చే దుఃఖాలకు కారణం చంచలమైన మనసు. కట్టడి చేసిన మనసుతో ధ్యానం ద్వారా ఆధ్యాత్మిక ఉన్నతిని సాధించవచ్చు. సుఖ శాంతులను, ఆనందాన్ని పొందవచ్చు. అందుకే ఆధ్యాత్మిక మార్గంలో నడవాలన్నా, భౌతిక జగత్తులో సుఖంగా ఉండాలన్న మొదటి మెట్టు మనసుపై విజయం సాధించడం. ఋషులు, మునులు, ఎందరో మహాత్ములు, వేదాలు, పురాణాలు, శాస్త్రాదులు కూడ మనసుపై పట్టుసాధించడం గురించే వివరించాయి.

చెప్పడం సులభమే కాని ఆచరించడం ఎంతో కఠినం. ఎందుకంటే ఈ మనసు చిక్కినట్లే చిక్కి ఎక్కడికో పారిపోతుంది. ఒక్క క్షణంలో ఎంతో దూరం వెళ్ళిపోతుంది. పాదరసం చేతిలో ఆగనట్లే మనసు కూడ ఆగదు, చిక్కదు, దొరకదు. అది చిక్కాలంటే ఒక్కటే ఉపాయం. అదే మనసు నుండి వచ్చే ఆలోచనలకు అడ్డుకట్టవేయడమే.

మనసు ఒక గడియారం లాంటిది. దానిలో నడిచే ముల్లు చిత్తము. గడియారం చుట్టూ గంటలు, నిమిషాలు, సెకండ్లు ఏ విధంగా ఉన్నాయో అదే విధంగా శరీరంలో 36 తత్వాలు చుట్టి ఉన్నాయి. వీటికి ప్రేరణ ఇచ్చేది ఇంద్రియాలు. వీటిని అదుపు చేస్తే ఏ తత్వాలు కదలవు. మెదలవు. ఇంద్రియాలె ఇంజనువలె పనిచేస్తూ తత్వాల ముల్లును కదలించగానే ఆ తత్వం పనిచేయడం మొదలుపెడుతుంది. ఏ తత్వంపై చిత్తం నిలుస్తుందో అదే పనిచేస్తుంది. మంచి-చెడులను చేసేది, చూసేది, వినేది, తినేది, ఆస్వాదించేది ఈ ఇంద్రియాలె కనుక వీటిని అదుపు చేస్తే మనసు స్థిరమవుతుంది.

అమాయకపు బాల్యంలో మనసు స్థిరంగా ఉంటుంది. పెరిగే కొద్ది మనసు స్థిరత్వాన్ని కోల్పోతుంది. దానికి కారణం కోరకలు కావచ్చు. స్వార్థం కావచ్చు. ఇంకా ఏవైన కావచ్చు. అపుడే మనసుపై మలినాలు పేరుకుపోతాయి. ఆ మలినాలను తొలగించడానికి సాధనం ధ్యానం. ధ్యానం సాధించాలంటే సద్గురు ద్వారా మనలో కుండలినీ శక్తి జాగృతి అయిన తరువాత ధ్యానసాధన ఆటంకం లేకుండ సాగుతుంది. సాధనలో సోహం జపం దానంతటదే జరుగుతుంది.

గురునానక్ మనసు గురించి వివరిస్తూ...

"నామ్ జపో ఇమాన్‌దారీసే కామ్ కరో ఔర్ దాన్ కరో".

భావం: భగవన్నామాన్ని జపించాలి శ్రద్ధతో, నిజాయితీగా పని చేయాలి, దానం చేయాలి. శరీరం మలినపడినపుడు నీటిలో శుభ్రపరిచినట్లు మనసు మలినపడినపుడు ఈశ్వరుడి నామ జపంతో ప్రేమ ద్వారా మనసును శుభ్రపరుచుకోవాలి.

మనసు గురించి కబీరంటారు :

మన్ కే హారే హార్ హై। మన్ కే జీతే జీత్ హై।

కహే కబీర్ గురు పాయియే మన్ హీ కే ప్రతీత్

మనసును గెలిస్తే విజయం, మనసు ఓడితే ఓటమి. సద్గురువును ఆశ్రయించ గలిగితే మనసు స్వాధీనం లోకి వస్తుంది.

అతీత్ పే ధ్యాన్ మత్ దో। భవిష్య కే బారేమే మత్ సోచో

ఔర్ అప్‌నే మన్‌కో వర్తమాన్ క్షణ్ పే కేంద్రిత్ కరో

॥ గౌతమ బుద్ధుడు ॥

నిన్నటి గురించి ఆలోచించకు, రేపటి గురించి ఆలోచించకు, కేవలం ఇపుడేం చేయాలో అనే దానిపై మనసును కేంద్రీకరించమన్నారు బుద్ధుడు.

షిర్డిసాయిబాబా మనసు గురించి వివరిస్తూ...

మనలో ధృఢమైన విశ్వాసముంచినట్లయితే నా సమాధి నీ కోరికలు తీరుస్తుంది. నా శరీరం లేనపుడు భక్తుల విశ్వాసం సన్నగిల్లుతుంది. ఏకాకులవుతామనే భయం వారిని బలహీనులను చేస్తుంది. అపుడు మనసుతో ప్రార్థించినట్లయితే నా సమాధియే మీకు సమాధానమిస్తుందన్నారు సాయి బాబా.

సంత్ బాయి నా బాయి చౌదరి అంటారు...

మన్ వడాయ్ వడాయ్ ఉద్యా పికాతల్ డోర్

కితీ హాక్‌లా హాక్‌లా ఫిరీ యేతీ పికావర్

భావార్థం : మనసును ఎక్కడెక్కడికో పరిగెత్తించిన మళ్లీ ఏదో ఒక రోజు మన దారిలోకి వస్తుంది.

సద్గురు ఫూలాజీబాబా మనసు గురించి వివరిస్తూ...

మనసును నియంత్రణలోకి తీసుకురండి, మనసును ప్రసన్నం చేసుకోండి, మనసును పరిశుద్ధం చేసుకోండి. దాన్ని స్వచ్ఛంగా ఉంచండి, ఈశ్వరుడిపై శ్రద్ధ విశ్వాసముంచండి. ఎందుకంటే ప్రతి

ఒకరి అంతఃకరణంలో అతడు నివాసమై వున్నాడు. అణువణువులో నివాసమై ఉన్నాడు. అందరి మంచిని కోరువాడే ఈశ్వరుడు.

(తుకారామ్ మహారాజ్ అభంగాలను ప్రతిసారి చెబుతుండే వారు బాబా)

మన్ కరారే ప్రసన్న్ । సర్వ్ సిద్ధీచే కారణ్ ॥
మోక్ష్ అథవా బంధన్ । సుఖ్ సమాధాన్ ఇచ్ఛితే ॥
మనే ప్రతిమా స్థాపిలీ । మనే మనా పూజా కేలీ ॥
మనే ఇచ్ఛా పురవిలీ । మన్ మావులీ సకళాచీ ॥
మన్ గురు అణీ శిష్యా కరీ అప్లేచీ దాస్య ।
ప్రసన్న్ ఆప్ ఆప్నాస్ । గతి అథ్వా అధోగతి ॥
సాధక్ వాచక్ పండిత్ । శ్రోతే వక్తే ఐకా మాత్ ॥
నాహీ నాహీ ఆన్ దైవత్ । తుకా మ్హణే దుసరే ॥

భావం : దుఃఖాలకు మూలకారణం మనసు. మనసును ప్రసన్నం చేసుకోగలిగితే బంధనాలను తెంచుకోవచ్చు. సుఖశాంతులను మోక్షాన్ని పొందవచ్చు. మనసులో ప్రతిమను స్థాపించి మనసులోనే పూజించినట్లయితే ఆ మనసే కోరికలను తీరుస్తుంది. అంతరంగములోనే ఈశ్వరుడున్నాడు కనుక మనిషికి మనసే తల్లి తండ్రి గురువు. మనసునే శిష్యుడిగా తలచి సేవకుడిలా తనని తాను అర్పించుకొని కర్తగా కర్మలు చేసినట్లయితే మనసే తనను పరమార్థం వైపు తీసుకెల్తుంది. అపుడే మనిషి సద్గతిని పొందగలుగుతాడు. లేకపోతే మనసే మనల్ని అధోగతిపాలుచేస్తుంది. అందుకే తుకారామ్ మహారాజ్ అంటారు సాధకులు, వక్తలు, శ్రోతలు, పండితులు వినండి మనసును మించిన దైవం లేదు. అందుకే మనసును ప్రసన్నం చేసుకోగలిగితే దుఃఖాలేవి దరిచేరవు.

మనసును ఆరు మాయపొరలు కప్పి ఉంటాయి. కామక్రోధ లోభ, మోహ, మద, మాత్సర్యాలు జన్మతహా మనల్ని అంటిపెట్టుకొని ఉంటాయి. వాటిని వదిలించుకోవడం అంత సులభం కాదు. కపటం,

రాగం, ద్వేషం ఇత్యాది మాలిన్యాలను ఒక్కొక్కటిగా దూరం చేసుకోవాలి. తీర్థాలకు వెళ్ళి పాపాలను పోగొట్టుకోవడం కంటే మనో మాలిన్యాలను తొలగించుకోవడమే ముఖ్యం. అపుడే మనసు నిర్మలమవుతుంది. పవిత్రంగా మారుతుంది. శరీరంలోని అణువణువు భక్తి పారవశ్యంతో పులకిస్తుంది.

Samadhi temple of Babaji in Patnapoor

5. మనసు - మథనము

సాగరం వలె అనంతమైనది మనిషి మనసు. మనసును ఏకాగ్రం చేయడం ఒక మథనమే. రాక్షసులు దేవతలు కలిసి సముద్ర మథనము కావించినపుడు మొదట హాలహలము చిమ్ముతుంది. అది గ్రహించి శంకరుడు నీలకంఠుడవుతాడు. ఇది ఇతిహాసగాథ. అదే కథలో శంకరుడు మథనము గురించి వివరిస్తూ "మనసు మహాసముద్రము దానిని చిలికినపుడు అనగా మంచి చెడుల సంఘర్షణ జరిగినపుడు మొదట హాలాహలమంటి ఎన్నో సంకటాలు మనిషి ముందు ప్రత్యక్షమవుతాయి. వాటి ద్వారా బాధలు దుఃఖాలు కలుగుతాయి. వాటిని ఎదుర్కొని నిలబడటమే, వాటిని అధిగమించడమే హాలాహల స్వీకరణ. దుఃఖాలను, బాధలను సహించినపుడు మథనము తరువాత వెలిసే కామధేనువు, కల్పవృక్షము, అమృతములను జ్ఞానాన్ని ఆస్వాదించవచ్చు.

ఆధ్యాత్మిక దృష్టితో చూసినట్లయితే విశ్వమను ఈ శరీరములో నాభిస్థానమను సముద్రములోన మూలాధారము నుండి సహస్రదళము వరకున్న మేరుదండమను సుమేరు పర్వతమును ఆధారం చేసుకొని రేచక - కుంభకాలనే వాసుకీ సర్పమును సుషుమ్న నాడి ద్వారా ధ్యానమనే మథనము చేసినట్లయితే ఇంద్రియాలను జయించి అరిషడ్వర్గాలనే రాక్షసులను అణగద్రొక్కి అమృతమనే జ్ఞాన ధారను ఆస్వాదించాడు శంకరుడు.

అవనిలో వెలసిన ఎందరో మహానుభావులు మనసు మథనం కావించి జగత్కళ్యాణము చేసి అవతారపురుషులయ్యారు. మహాత్ములుగా వెలిసారు. భగవత్స్వరూపులుగా పూజింపబడ్డారు. వారు చూపినదే మనం ఇప్పటివరకు చెప్పుకున్న ఆధ్యాత్మిక మార్గం. మనిషి జీవితానికి బాటలు చూపిన మహాత్ములే మార్గదర్శకులయ్యారు.

ఇడా- పింగళ అనే రెండు ముక్కు రంధ్రాల ద్వారా శ్వాసక్రియ కొనసాగుతుంది. ఇడా పింగళ ద్వారా తీసుకున్న శ్వాస సుషుమ్న నాడి స్థానమైన భృకుటిలో ఏకీకృతమవుతుంది. ఇదే త్రివేణి సంగమం. ఇడా పింగళ రంధ్రాలు గంగా యమునలకు ప్రతీకలయితే కనిపించని సుషుమ్నా నాడి అంతర్వాహిని అయిన సరస్వతి నదికి సూచిక. శిరస్సు భాగంలో జరిగే ఈ సమ్మేళనమే కుంభమేళా. మన వెన్నెముక అడుగున కుండలినీ (శక్తి) అనే పాము దాగి ఉంటుంది. యోగసాధన ద్వారా సాధకుడు ఆ సర్పాన్ని మెల్లిగా పైకి ప్రయాణించేలా చేసుకొని (కుంభం) శిరస్సులోని సహస్రారానికి చేర్చాలి. అపుడు ఆ కుంభం అమృత భాంఢం అవుతుంది. తద్వారా జ్ఞానసిద్ధి ఏర్పడుతుంది. కుంభమనే శిరస్సులో జ్ఞానామృతాన్ని నింపుకోవడం ద్వారా సాధకుడు దైవత్వాన్ని సాధించవచ్చని క్షీరసాగర మథనప్రక్రియ సందేశమిస్తుంది.

ధ్యానసాధన ద్వారా మనసును ఏకాగ్రం చేయడానికి ప్రయత్నించాలి. వచ్చే ఆలోచనలు చుట్టుముట్టి మనసును స్థిరంకానివ్వకుండ చేస్తాయి. వాటిని నిలదొక్కుకున్నపుడే మనసు ఆధ్యాత్మిక పథం వైపు వెళ్లగలుగుతుంది. యోగానికి వేలమార్గాలున్నాయి. కాని దేవుణ్ని చేరుకోవడానికి ఒకే ఒక్కటి ఖచ్చితమైన, సరళమైన సూటి మార్గం ఉంది. ఆ మార్గంలోకి వెళ్లడానికే ఈ వెతుకులాటలు, ప్రయాసలు. మనం చేయాల్సింది ఒక్కటే. సరైన దారిలో ఉన్నామా! లేదా అని తెలుసుకోవడమే. ఇది ఎవరు చెబుతారు? ఆ మార్గం తెలిసినవాడే అతడే వెలుగు. మన మార్గంలో అంధకారం తొలగిస్తాడు. అందుకే

అతడు గురవయ్యాడు. (మార్గదర్శి - అంతర్యామి నుండి తీసుకోవడం జరిగింది. గమనించ ప్రార్ధన.)

ఆ మార్గదర్శిని ఎలా ఎన్నుకోవాలి? అతడెక్కడ దొరుకుతాడు? భగవంతుని చూసినవాడు ప్రత్యేకంగా ఉంటాడా? ప్రత్యేకతలు ఏమి ఉండవు. ఆయన మనలాగే ఉంటాడు. ఆయనకు మనకు ఒక్కటే తేడా. చూసే చూపు. ఆ చూపులో సమత్వం ఉంటుంది. మనిషిలో ప్రేమ భావం వెల్లివిరిస్తూ ఉంటుంది.

ఆధ్యాత్మికత అనేది మనిషి జీవన పాఠశాలలో కొత్తగా చేర్చిన పాఠ్యాంశం కాదు. అది పుట్టుకతోనే అతడి హృదయంలో దాగి ఉంది. అది తనలో ఉందన్న సంగతి మరిచిపోయాడు. ఆ ఎరుకను కలిగించే ప్రేరణ కావాలి. ఒక శిల్పి తన మనసులో ఉన్న రూపాన్ని శిలలో చూసేంతవరకు ఎలా శ్రమిస్తాడో, అలా మనసులో ఒక దివ్యభావాన్ని ఆవిష్కరించేంతవరకు మనం నిరంతరం కృషి చేయాలి. ఇదే ఆధ్యాత్మిక సాధన. జీవితానికి మించిన ధ్యానమందిరము లేదు. కాలానికి మించిన ఉత్తమ భోధకుడు లేదు. ఎటు వెళ్లాలో, ఎలా వెళ్లాలో తెలుసుకుంటే చాలు. ఎక్కడి నుండి ఏది తీసుకురాకుండ మనలో ఉన్నది మనచేత మనకే చూపించి నిన్ను దివ్య పురుషున్ని చేస్తాడు పరమాత్మ.

ఆధ్యాత్మిక జీవితం గడుపుతున్న వారిలో చాలా మంది ఆత్మభావన పొందలేక అవస్థపడుతుంటారు. వారు ఆధ్యాత్మిక వేషంలోనే ఉంటారు. ఎదుటి వారిలోగాని, తమలో గాని ఆత్మను చూడలేరు. అందువల్ల రాగ ద్వేషాలు వారిలో స్థిరనివాసం ఏర్పరచుకొని కొలువు దీరి ఉంటాయి. రాగద్వేషాలు ఉన్నంతవరకు వారిలోని ఆధ్యాత్మికత నేతిబీరకాయలో నెయ్యిలాంటిది. ఎంతో మంది ఆధ్యాత్మికంగా ప్రగతి సాధించలేకపోవటానికి ఇదే ప్రధాన కారణం.

శరీర శుద్ధికి ఎంత ప్రాధాన్యమిస్తామో అంతకంటే ఎక్కువ భావ శుద్ధికి ప్రాధాన్యమివ్వాలి.

భావ శుద్ధి అంటే మనోమాలిన్యాలను భావాల్లో ఎప్పటికపుడు వదిలించుకోవడం. పరిమళ ద్రవ్యాలకు సద్గుణాల పరిమళం అద్దుకోవడం.

ఆధ్యాత్మిక ప్రగతి పొందాలనుకున్న సాధకులు మార్గదర్శకాన్నిచ్చే మహాత్ముల ఆశ్రయాన్ని పొందగలిగితే తమలో వున్న ఆత్మశక్తిని గుర్తించగలుగుతారు. ధ్యానసాధన ద్వారా మనసు మథనము గావించి అతీంద్రియ దివ్యశక్తిని తెలుసుకోగలుగుతారు.

ప్రతి మనిషి ప్రతి చర్య వెనుక నిలబడి గమనించి తీర్పులు ఇస్తూ వెళ్లే న్యాయమూర్తి ఎవరు? ఆ న్యాయమూర్తినే దేవుడు అంటున్నారు. కొందరు దేవత అంటారు. "పుణ్యాపుణ్య ఫలప్రదాత" అని ఆ శక్తిని కొలుస్తుంటారు. ఆ దైవీశక్తి కర్మ చేసే జీవుడిలో అంతఃకరణంతో పాటు అంతర్యామిగా ఉండాల్సిందే. ఈశ్వరుడు సర్వప్రాణుల హృదయంలో ఉంటాడు. ఆయనే సర్వభూతాలను కీలుబొమ్మలుగా నడుపుతాడు అంటుంది భగవద్గీత.

నీ సత్కర్మలు, దుష్కర్మలు ఎవరో ఎక్కడో బయటి నుంచి గమనిస్తుంటే వారి కళ్లు కప్పవచ్చు. కానీ నీ కర్మలన్నింటికి సాక్షి నీలోనే ఉండి నిన్నెపుడూ గమనిస్తున్నాడు. వాటికి అనంతర కాలంలో ఏ సుఖ దుఃఖాలు నీకు లభించాలో జాగ్రత్తగా నమోదు చేస్తున్నాడు. అతడు ఎక్కడో లేడు నీ హృదయంలోనే నివాసమై ఉన్నాడు. ఆనందరూపుడై కొలువై ఉన్నాడు. మానవ హృదయం ఆనంద నిలయం. ఆ పరమాత్మకు మరోపేరు సచ్చిదానందం. ప్రతి హృదయం ఒక పరమాత్మ నివాసం. మరెవరూ పొందలేని ఈ ఆనందాన్ని ధ్యానావస్థలో ఒక దివ్యానుభూతిగా పొందగలిగే మనిషి జీవితమే ధన్యం.

6. ఆత్మ జ్ఞానం

భగవంతుడు మనకు ఎంత దగ్గరగా ఉన్నాడంటే...

"కొడుకు తండ్రి మరణాన్ని చూస్తాడు. తండ్రి కొడుకు జన్మను చూస్తాడు". ఈ రెంటి నడుమ అర్థాన్ని తెలుసుకుంటే మనిషి తనని తాను తెలుసుకోగలుగుతాడు. దీనిలో ఎంతటి గూఢార్థము దాగి వుందో ఆలోచించండి. మన ఆలోచనా విధానం రెండు రకాలుగా వుంటుంది. ఒకటి లౌకికమైనది, రెండవది ఆధ్యాత్మికమైనది. ఈ రెంటిలోని వ్యత్యాసాన్ని తెలుసుకోగలిగితే చాలు. లౌకికంగా చేసే ఆలోచనల ద్వారా కలిగే సుఖం క్షణకాలం. వైదిక (ఆధ్యాత్మిక) ఆలోచనల ద్వారా కలిగే లాభం గురించి తెలుసుకోగలిగితే మనిషి తన గమ్యాన్ని చేరుకోగలుగుతాడు. జీవిత పరమార్థాన్ని తెలుసుకోగలడు.

నిజమైన భక్తి ఆత్మ సుఖమే.

ఏదో పొందడం, ఏదో సాధించడం భక్తి కాదు. ఆత్మ సుఖాన్ని పొందడమే నిజమైన భక్తి. అదే ఆత్మానందం.

భక్తి కొరకు మనిషి పూజలు చేస్తాడు, భజనలు చేస్తాడు, అయిన తృప్తి పొందలేడు. గురువుల దగ్గరకు వెలతాడు సమాధానం లభించదు. గ్రంథాలు వెతుకుతాడు. వాటిలో ఆత్మ ఈశ్వరుడు నిరాకారుడని చదువుతాడు. కాని అర్థం కాదు. మరి ఆత్మ ఎలా వుంటుందో తెలియక తికమక పడతాడు, అప్పుడే ఎటూ తేల్చుకోలేక

పిచ్చివాడవుతాడు. ఆ సమయంలో కనుక సద్గురువు దొరికినట్లయితే ఆత్మసాక్షాత్కాన్ని కలిగించి సంశయాన్ని దూరం చేస్తారు.

ధ్యానమార్గం నుండి సమాధి స్థితిని పొంది ఆత్మజ్ఞానాన్ని పొందవచ్చు. ఆత్మజ్ఞానాన్ని అర్థం చేసుకోగలిగితే విశ్వజ్ఞానం అర్థమవుతుంది. అపుడు అంతట ఆత్మయే కానవస్తుంది.

ఆత్మ జ్ఞానోదయమయిందంటే నీవు నేను వేరు కాదు ఇద్దరము ఒకటేయని అర్థమవుతుంది. విశ్వజ్ఞానం కలుగుతుంది. ఎక్కడ ఏమి జరుగుతుందో కూడ తెలుస్తుంది. అనంతరూపాలలో వున్నది ఎవరో అర్థమవుతుంది.

ఈ దేహంలో మూర్తిమంతమయిన ఆ ఈశ్వరుడే నివసించుచున్నాడని అందరిలో వున్నది అతడే (ఆత్మ) యని అర్థమవుతుంది. శరీరాలను పక్కకు పెట్టి ఆత్మరూపంలో అందరిని చూడగలిగితే చాలు.

మనిషి దేహంలో అన్ని ప్రాణుల కంటే మహోన్నతమైన "ఆధ్యాత్మిక శక్తి" దాగి వుంది. ఈ శక్తి ద్వారా మనిషి ధ్యానసాధన చేసి ముక్తిని పొందడమే కాక ఆత్మను దర్శించుకోవచ్చు.

చిత్తవృత్తిని స్థంభింప చేసి మనసు ఒక్కదానిపై స్థిరం చేయగలిగితే చాలు మీలోని ఆత్మశక్తి వికసిస్తుంది. అమరజ్ఞానాన్ని నిత్య నూతనమైన జ్ఞానాన్ని ప్రసాదించు సద్గురువును ఆశ్రయించండి.

మూర్తిమంతమయిన ఈశ్వరుడు ఈ దేహమందిరములో ఉన్నాడు. సృష్టిలో వున్నదంతా ఈ దేహంలో దాగి వుంది. కనపడని వస్తువు ఆ భగవంతుడు. అంతరంగమలోకి తొంగిచూడగలిగితే ఆత్మదర్శనమవుతుంది. అదే దైవదర్శనం. ఈ సృష్టి అతడిదైనపుడు ఈ శరీరం కూడ అతడిదే కదా! అందుకే సర్వభూతాలలో భగవంతుడిని చూడగలిగితే చాలు.

శక్తి అనే విత్తనాన్ని ఈ శరీరమనే భూమిలో నాటి ధ్యానమనే నీటిని పోస్తూ, రాగ ద్వేషాలను కలుపును తీస్తూ ప్రేమ భావమను ఎరువును

వేస్తూ శక్తి అను మొక్కను సాధనలా పెంచుతూ వృక్షంలా ఎదగనిస్తే జ్ఞానఫలాలను పొందగలుగుతారు.

కనిపించే ప్రతి ప్రాణి నుండి మనం నేర్చుకునేవి చాలా ఉన్నాయి. ఉదాహరణకు ఒక పక్షిని గమనించినట్లయితే...

ఆడపక్షి గుడ్లు పొదగడానికి గూడు కట్టాలని ఎవరు నేర్పించారు? ఆడపక్షి గుడ్లు పొదగడానికి గూడు కట్టాలని, పిల్లలను రక్షించుకోవడానికి గూడు కావాలని పక్షికి ఎవరు నేర్పించారు?. ఎంత బాగా అల్లుకుంటాయి జత పక్షులు (ఆడ-మగ) గూడును. అలా మనిషి కూడ తయారు చేయలేడు. ఎవరు ఏమి చెప్పక పోయిన పక్షులు వాటికి కావలసిన ఆహారాన్ని సమకూర్చుకుంటాయి. ఆహారాన్ని ముక్కుతో పిల్లలకు అందిస్తాయి. అందుకే ఆ పక్షి నా గురువు అంటున్నాను. అన్ని తెలిసి వున్న మనిషి ఏమి చేయలేకపోతున్నాడు.

ఒక చిన్న చీమను చూసినట్లయితే చీమలదండులోని మొదటి చీమ ఎటువెళితే మిగతా చీమలన్నీ అదే వరుసలో వెళతాయి.

కాని దారిని మరువవు. కాని మనషి అలా చేస్తాడా! చేయడు. అందుకే ఆ చీమ కూడా నా గురువే. కుక్క ఎంతో విశ్వాసం కల జంతువు. ఒక కుక్క కిందపడిపోతే పది కుక్కలు దాని చుట్టూ చేరి వాసన చూస్తుంటాయి. కరువవు, కొట్టుకోవు. అదే ఒక మనిషి పడిపోయాడంటే చూసి చూడనట్లు నడుస్తారు. చూసి నవ్వుతారు, హేళన చేస్తారు. కాని అయ్యో పాపమని లేవనెత్తరు. నూటికి ఒక్కరుంటారు సహాయం చేసేవాళ్ళు. మనిషి మనిషిలా బ్రతుకుతున్నాడా? కుక్కకున్న జ్ఞానం మనిషికి లేకుండా పోయింది. కుక్కలు అర్థం చేసుకుంటాయి. కాని మనిషి? అందుకే కుక్క కూడ నా గురువే. ప్రతి జీవి నుండి మనం నేర్చుకునే పాఠాలు చాలా వున్నాయి. అందుకే ప్రకృతి మనకు మొదటి గురువు. తల్లి తండ్రి కూడ మనకు గురువులే.

జే జే దిసే భూత్ తేథే మానిజే భగవంత్ ॥ ఏక్‌నాథ్ మహారాజ్ ॥

కనిపించే ప్రతి ప్రాణిలో ఆ భగవంతుని చూడాలి.

రూప్ పాహతా లోచనీ...		**॥ సంత్ తుకారామ్ ॥**

మహాత్ములు ప్రతి ప్రాణిలో ఆత్మరూపంలో ఉన్న భగవంతుడిని చూడగలిగారు. ఆత్మరూపాన్ని చూడాలని ప్రయత్నము చేయాలి కాని కేవలము భజనలు చేస్తూ కూర్చుంటే సరిపోదు. ఈ జీవితము క్షణభంగురం. ఈ రోజు మళ్ళీ రాదు. అందుకే కబీర్‌దాస్ అంటారు.

కల్ కరేసో ఆజ్ కర్ । ఆజ్ కరే సో అబ్ ॥

రతన్ కో జతన్ కర్ । వక్త్ పర్ ఖర్చ్ కర్ ॥

అర్థం: రేపటి పనిని ఈ రోజు చేయి. ఈ రోజు పనిని ఇపుడే చేయి. ఎప్పుడేం జరుగుతుందో తెలియదు. విలువైన సమయాన్ని వృథాపరచక సమయానుకూలంగా సద్వినియోగ పరుచుకోమన్నారు కబీర్‌దాస్.

జన జాగృతి కొరకే మహాత్ములు గ్రంథాల రూపంలో ఆత్మజ్ఞానాన్ని వ్రాసి ఉంచారు. వారి భజనలు పాడటం, గ్రంథాలను చదవడమే కాకుండా వాటిని అర్థం చేసుకొని ఆచరణలోకి తీసుకురాగలిగితే సత్యమేమిటో భోధపడుతుంది.

తల్లి ఎవరు? తండ్రి ఎవరు? జగమంత ఏమిటి? ఎలా వుంటుంది అనే జ్ఞానాన్ని తెలుసుకోగలగాలి ప్రతి ఒక్కరు.

ఒకసారి ఢిల్లీ వెళ్ళినపుడు మిస్త్రీవాళ్ళు దర్శనానికి వచ్చారు. దేవుడి దర్శనం తీసుకునేటపుడు కళ్ళు వాటంతటవే ఎందుకు మూసుకుంటాయి? అని అడిగారు వాళ్ళు. మన కళ్ళకు తెలుసు దేవుడు ఎక్కడో లేడు మనలోనే ఉన్నాడని.

చేతులకు తెలుసు జోడించినపుడు చేతివేళ్ళు పై వైపు అనగా భృకుటి మధ్య ఉన్నాడని, బొటనవేళ్లు మనలోనే ఉన్నాడని చెబుతున్నా మన కర్థం కావడం లేదు అనగానే నిజమే అన్నారు వాళ్ళు.

అందుకే మహాత్ములందరు అనుభవజ్ఞానంతో చెప్పారు. ఒక పూసల దండలో ఎన్ని పూసలున్నా దానిలోని దారం ఒకటే అలాగే ఆత్మ లందరిలో ఒకటేయని మన పూర్వీకులు ప్రతి ఒకరికి నమస్కరించే పద్ధతి పెట్టారు. కుంకుమ పెట్టు స్థలమే ఆ దేవుడి నివాస స్థలం.

అందరినీ సంతోష పెట్టడం, ప్రేమతో ఉంటూ ప్రేమను పంచడమే నిజమైన సేవ అదే భక్తి.

"యాచీ దేహీ, యాచి డోళా, యాచ్ దేహమందిరాత్ ఆహే

కాళా నీళా, ధగ్ ధగీత్ కెవడా, ఫాకళ్యా బ్రహ్మరసాచ్యా కళ్యా

మసరే ప్రమాణే మోతిచాచీపరీ, తే అసే దిశే ద్వారీ,

శ్రవణాత్ పేరణీకెళీ, నయనాత్ ఉజాలా ఆలీ ॥

అర్థం: ఈ దేహం లోనే ఈ కళ్ళలోనే, ఈ దేహ మందిరములోనే భగవంతుడు ఉన్నాడు. ధగ ధగ మెరిసే సప్తవర్ణాలలో తళుక్కుమనే బ్రహ్మరసామృత కలశం దశద్వారంలో నిగూఢమై ఉన్నది. తలుకులీను ముత్యాలవలె మెరుస్తుంటుంది. శ్రావ్యమైన ధ్వని తరంగాలు వినినంతనే ఈ కళ్ళలో ఉజ్వలకాంతులు వెలుగుతాయి.

నారుతో నిండిన భూమాత పచ్చని చాపపరిచినట్లు అందంగా కనపడినట్లు మన స్వస్వరూప దర్శనం జరిగినపుడు కలిగే అనుభూతిని మహాత్ములు ఇంత చక్కగా వివరించగలిగారు. ఈ దేహ మందిరములోనే అతడిని దర్శించవచ్చని చెప్పకనే చెప్పారు.

॥ బహుకేళీ పాఠాంతర్, పరీ వర్మ రాహిలే దూర్ ॥

ఎన్ని గ్రంథాలు చదివినా వాటిలోని గూఢార్థం తెలియనంత వరకు దాని భావం మనకందనంత దూరంలో ఉండిపోతుంది.

ఇప్పటి మన పరిస్థితి కూడ ఇలాగే ఉంది. మన ధర్మం, మన సంస్కృతి మారిపోయింది. మహాత్ములు చెప్పిన విషయాలు పుస్తకాలలోనే ఉండి పోయాయి. అందుకే దేవుడిని వెతికేకంటే ముందు మహాత్ములను వెతికితే వారే మనకు సరియైన మార్గాన్ని చూపెడతారు.

జగ్ మే జగా నా కోయ్ । ఈశ్వర్ జహా నా హోయ్ ॥

బ్రహ్మానంద్ జాన్ సోయ్ । సున్ సత్య్ వాక్య్ మేరే ॥

ఈ జగమంతా ఈశ్వరమయం. అతడు లేని చోటు లేదు. బ్రహ్మానందుడు పలికే వాక్కులు నగ్నసత్యాలు అని అన్నారు తుకారాం.

వేళీ వృక్ష్ వణ్ చరే । హేచీ మాఝే సోహరే ॥

॥ సంత్ తుకారామ్ ॥

అవఘేచీ చరాచర్ విశ్వ్ హేచీ మాఝే ఘర్ ॥
తయాచీ మథీ ఐసీ స్థిర్ కింభువనీ జానే ॥ ॥ జ్ఞానేశ్వరీ ॥

చెట్లు చేమలు వనచరాలన్ని నా బంధువులే. చరాచర జీవరాశులన్నీ నా వాళ్లే. విశ్వమే నా ఇల్లు అన్నారు మరాఠీలో తుకారామ్ మహారాజ్. మహాత్ముల వచనాల ఆధారంగా జగమంతా ఈశ్వర రూపమని, ఈశ్వరుడు నిరాకారుడని, సర్వవ్యాపకుడని, రూపాతీతుడని, శబ్దాతీతుడని చెప్పవచ్చు. వారందరు అనుభవ (ధ్యానం) జ్ఞానం పొందారు. కనుకనే గ్రంథస్తం చేసారు. ఇంతటి అనుభవాన్ని ధ్యానం ద్వారా సాధించాను కనుకనే ఇంత నమ్మకంగా చెప్పగలుగుతున్నాను.

కళ్ళకు కనపడే ప్రకాశాన్ని చేతిలోకి తీసుకొని ఇంత బరువుందని చెప్పడానికి వీలుకానట్లే భగవంతుడున్నాడని తెలుసుకొని నడవగలిగితే చాలు. రేడియోలో నిర్ధారించబడిన కార్యక్రమాలు మాత్రమే ప్రసారం చేయబడతాయి. రేడియో ఒక సాధనం లాంటిది. దానిలోని శబ్దాలు, వినబడతాయి కాని కనపడవు. శబ్దాలు కనపడటం లేదని అందుకే ఇది లేదు అని చెప్పలేనట్లే భగవత్ స్వరూపముంటుంది. అనుభూతి పొందితే తెలుస్తుంది నిజమైన ఆనందం.

Meditation program of school students in Maalangi

7. దేహం - ఆత్మ

"సర్వవ్యాపకుడైన ఆ పరమాత్మ సమస్త ప్రాణులలో ఆత్మ స్వరూపుడుగా ఉంటాడు. మనం నిప్పును ముట్టించాలంటే రెండు కొయ్యలు ఉపయోగిస్తాం. వాటి రాపిడి వల్ల అగ్ని పుడుతుంది. అట్లాగే మనస్సును ఓంకారమను రెండు శబ్దాలను కొయ్యలుగా మార్చి ధ్యానాభ్యాసమనే రాపిడి వలన శరీరంలో నిగూఢంగా ఉన్న ఆత్మ (భగవంతుడిని)ను చూడవచ్చు. అక్షర పరబ్రహ్మమునే యజ్ఞోపవీతంగా భావించాలి. (శరీరంపై ధరించిన యజ్ఞోపవీతం వేదవిజ్ఞానాన్ని అందిస్తుంది). ఈ జ్యోతి స్వరూపమైన యజ్ఞోపవీతం ఆత్మాజ్ఞానాన్ని అందిస్తుంది. కనుక ఆత్మ జ్ఞానమే నిజమైన యజ్ఞోపవీతం" అని బ్రహ్మోపనిషత్తు భోధిస్తుంది.

సృష్టికర్త ప్రతిజీవిని సృష్టించి మనిషిని కూడ తయారుచేసి తన ఉనికిని కూడ మనిషికే ఇవ్వాలనుకున్నాడు. ఈ మనిషి తనశక్తిని దుర్వినియోగపరిచి నన్ను కూడ మరిచిపోతాడేమో అని సందేహమొచ్చి ఏం చేయాలో అని ఆలోచిస్తాడు. భూమిలో దాచితే వెతికి తీస్తాడు. గాలిలో పెడదామా వెతుకుతాడు. ఆకాశంలో పెట్టిన వెతుకుతాడు. ఏం చేయాలని ఆలోచిస్తుండగా అటుగా ఒక యోగి వెలుతూ కనిపిస్తాడు. తన సందేహాన్ని వ్యక్తపరచగా "ఎక్కడ పెట్టిన ఈ మనిషి వెతుకుతాడు కాబట్టి అతడిలోనే నిన్ను దాచి పెట్టు. అపుడు నిన్ను

గురించి బయటే వెతికే ప్రయత్నం చేస్తాడు. తన లోపల నీవున్నావన్న సంగతిని మరిచిపోతాడు మనిషి" అని చెబుతాడు.

అద్వితీయమైన, అద్భుతమైన శరీర యంత్రాంగాన్ని అంతరంగ ప్రపంచాన్ని నడిపించే నేను అనే (ఆత్మ) పదాన్ని తెలుసుకునే ప్రయత్నమే ధ్యానం.

అందుకే మహాత్ములు ఆ భగవంతుడిని బయట వెతుకక తమ లోపలే ప్రయాణం చేసి అతడిని దర్శించుకున్నారు. బయటి ప్రపంచాన్ని మన కళ్లు చూడగలుగుతాయి. లోపలి ప్రపంచాన్ని సాధన ద్వారా మాత్రమే మనసు కళ్లతో చూడగలిగితే దేహమనే కైలాసంలోని గర్భగుడిలోని శివుడు (ఆత్మ) కనిపిస్తాడు.

దేవుడు నివసించు స్థలమే మన దేహము. అద్భుతమైన రచన నీది. నీవే అంతరంగ ప్రపంచాన్ని నడిపిస్తున్నావు. ఇంతటి అద్వితీయమైన, అనంతమైన శరీరమనే యంత్రంలో "నేను" అనే పదాన్ని తెలుసుకునేటట్లు చేసావు. అస్థిపంజరాన్ని తయారు చేసిన ప్రతిభ గల ఆర్కిటెక్చర్ నీవు, రెండు కళ్లరూపంలో వేలకొద్ది మెగాపిక్చర్లను తీసే రెండు కెమరాలు, ఎన్నో రుచులను పసికట్టగలిగే నాలుక, లెక్కలేనన్ని సంవేదనాల స్పర్శను తెలియజేసే చర్మం, రకరకాల శబ్దాలను పలికే స్వరపేటిక, ఆ శబ్దాలను కోడింగ్ చేసే చెవులు 50 శాతం నీటితో నిండి ఉన్న శరీరమనే టాంకర్, వేల కొద్ది సూక్ష్మరంధ్రాలున్న కొంచం కూడ బయటకు పోనీయకుండ బందోబస్తు చేసి ఉంచావు. నాలుకపై లాలాజలాన్ని ఆగకుండ అభిషేకం చేస్తున్నావు. హృదయాన్ని ఆగకుండ కొట్టుకొనేట్లు నడిపిస్తున్నావు. తల వెంట్రుకల నుండి పాదాల వరకు 24 గంటలు రక్తప్రసారం గావించి నిరంతరం ఆగకుండ నడిచే యంత్రాన్ని బిగించావు. కాలిగోళ్ల నుండి వెంట్రుక చివరి భాగం వరకు సందేశాన్ని అందించే ప్రాణాన్ని ఏ అదృశ్యశక్తి నడిపిస్తుందో అర్థం కానివ్వవు. వాహన చక్రాలు అటుఇటు ఒదిగి పోతాయి కావచ్చు కాని ఏ ఆధారం లేకపోయిన శరీరాన్ని పాదాలపై నిలబెట్టగలుగుతావు.

జ్ఞాపకశక్తిని, శాంతిని, ఆనందాన్ని ఇతరత్రా అన్నింటిని నీవే ఇచ్చావు. ఎంత అద్భుతమో కదా!

దీనిని కాపాడుకోవాలని, ఇది మరువకుండ ఉండాలని, కృతజ్ఞతా భావంతో సద్బుద్ధిని ప్రసాదించాలని ఆత్మను వేడుకోవడం తప్ప మనం చేయవలసిందేమి లేదనేదే నా ప్రగాఢ విశ్వాసము.

తల్లిగర్భంలో శిశువు ప్రయాణం ఎపుడు మొదలవుతుందో తెలియదు. గర్భంలో శిశువు 9 నెలల సమయమే కాని బయటి ప్రపంచంలోకి భూమాత వడిలో తన జీవిత ప్రయాణం మొదలై ఎన్ని సంవత్సరాలుంటుందో ఎవ్వరికి తెలియదు. జీవిత ప్రయాణం ఎక్కడి వరకుంటుందో తెలియడానికి, ఏం చేయాలో తెలుసుకోవడానికి సద్గురువు (గురుమాత) అవసరముంటుంది.

మృగనాభియందు కస్తూరి సువాసన ఉందన్న సత్యం ఎంత వాస్తవమో, మన అంతరంగంలో ఆత్మ స్వరూపము దాగి ఉందన్నది అంతే నిజం.

"నోటిలోని నాలుక మనదే. పళ్లు మనవే" ఇది పెద్దలు చెప్పిన సామెత. నిజమే కదా! రెండూ ఉంటేనే నోరు పనిచేస్తుంది. అదే విధంగా భగవంతుడు వేరుకాదు మనమూ వేరు కాదు. ఈ శరీరాన్ని నడిపించేది ఆత్మ. ఆత్మ లేనిది ఈ శరీరం లేదు. గురువు మార్గదర్శకం లేనిది మనకేదీ అర్థం కాదు. వాహనాన్ని నడిపించడానికి డ్రైవర్ కొంత నేర్చుకోవాల్సి ఉంటుంది. అలాగే ఈ ఆత్మ గురించి తెలియాలంటే మనకు సద్గురువు కావాలి.

మన దేహంలో నవరంధ్రాలున్నాయి. ఒక్క తలలోనే ఎన్ని రంధ్రాలున్నాయో చూడండి. చెవులు, ముక్కు, కళ్ళు, నోరు ఇవన్నీ తెరిచే ఉన్నాయి. బయటి నుండి వచ్చే దుమ్ము-ధూళిని ఏమాత్రం లోనికి రానివ్వకుండ ఆపి దేహంలోని మలినాలను బయటికి పంపేదెవరు? ఒక చెవి మరో చెవికి, ముక్కు రంధ్రాలు పక్కపక్కనే వున్న కూడ దేనిపని అవే చేస్తుంటాయి తప్ప ఒకదానిలోనికి మరొకటి వెల్లడం

లేదు. అలా ఆపే శక్తి ఎవరు? శరీర యంత్రాంగాన్ని నడిపించే డ్రైవరు ఎవరు? మనం తిన్న ఆహారాన్ని జీర్ణింప చేసి శక్తిగా మార్చేదెవరు? మిగిలిన వ్యర్థాన్ని బయటికి నెట్టి శుభ్రం చేసే యజమాని ఎవరు? నవరంధ్రాలకు సైనికుల నుంచి శరీర రాజ్యాన్ని నడిపించే రారాజు ఎవరు? ప్రాణవాయు రూపంలో శ్వాసను తీసుకొని చెడు వాయువును బయటకు పంపే శక్తినందించే చైతన్యమే మన దేహరూప రాజ్యాన్ని నడిపించే రారాజు. అతడు లేని రాజ్యం (దేహం) ఎందుకు పనికిరాని కబేళమని తెలుసుకోగలిగితే ఆ భగవంతుడిని తెలుసుకున్నట్లే.

మనం తయారు చేసిన వాహనానికి డ్రైవరు కావాలి. మరి మన శరీరమనే వాహనానికి డ్రైవరు లేకుండా వుంటాడా! దీనిని తయారు చేసిన మెకానిక్ ఎక్కడ ఉన్నాడు? దీనిలోని పరికరాలు (అవయవాలు) ఏ దుకాణంలో దొరుకుతాయి? శరీర అవయవాలు లభించే దుకాణమే లేదు. ఇంత గొప్ప శరీరం, దీనిని నడిపించే మహాశక్తి ఆ ఆత్మదేవుడు.

శబ్ద, స్పర్శ, రూప, రస, గంధాల గురించి అందరికి తెలుసు. వీటి అనుభవం అందరికీ వుంది. అయిన దాని గురించి అర్థం చేసుకునే ప్రయత్నం ఎవరూ చేయలేదు. కంటితో చూడగానే వస్తువుగాని, ఆకారం గాని కనపడుతుంది. దానిని చూసేదెవరు? చూపించేదెవరు? నాలుకపై ఏదైన పదార్థమును పెట్టగానే రుచి చూసి చెప్పేదెవరు? శరీరాన్ని ముట్టగానే ఎవరో ముట్టారు అనే ఎరుకను చెప్పేదెవరు? ముక్కుతో వాసన చూడగానే మంచి - చెడుల వాసనలను పసికట్టేదెవరు? ఏదో శక్తి లోన దాగి వుంది కనుకనే ఇంద్రియాలన్ని పనిచేస్తున్నాయి. ఉదయం లేవగానే మల మూత్రాదులను విసర్జించేదెవరు? నాడీమండలాన్ని నడిపించేదెవరు? వీటి మూలచర్యల కర్త గురించి తెలుసుకున్న మనిషి మనీషిగా మారుతాడు.

మనలోని ఆత్మశక్తి ద్వారానే అన్ని క్రియలు జరుగుతున్నాయి. సృష్టి నడిపించేది సూర్యచంద్రులైతే దేహమనే సృష్టిని శ్వాస ఉచ్ఛ్వాసలనే సూర్యచంద్రులు నడిపిస్తారు. ఆకాశంలో నవగ్రహాలున్నట్లే దేహంలోని

నవ ఇంద్రియాలను నవగ్రహాలుగా వర్ణించారు. కర్మేంద్రియల ద్వారా బాహ్య దృష్టితో నవగ్రహాలను చూస్తున్నాం. మహాత్ములు అంతర్దృష్టితో కర్మేంద్రియాల క్రియలను అదుపు చేసి జ్ఞానేంద్రియాల ద్వారా నవ ఇంద్రాయాలను నిగ్రహించి నిరాకార ఆత్మజ్యోతిని దర్శించారు. నవఖండ పృథ్వి అని సృష్టినంటే మహాత్ములు ఈ దేహాన్ని నవఖండ పృథ్విగా అభివర్ణించారు.

దేశానికి పాలనాకేంద్ర బింధువు అయిన రాజధాని ఎంత అవసరమో దేహమనే దేశానికి హృదయమనే రాజధాని అంతే అవసరం. దేశాన్ని తన ప్రతిభతో నడిపించేది ప్రధానమంత్రి, దేహాన్ని నడిపించేది నిగూఢంగా ఉన్న ఆత్మ అనే ప్రధానమంత్రి. ఇంజను లేనిది వాహనము నడవనట్లే దేహంలో హృదయము లేకపోతే ఇది పనిచేయదు. ఇంజనులో ఫ్యాను తిరుగుతూ ఇంధనాన్ని వాహనానికి అందిస్తూ (చెడుగాలిని) కార్బన్‌ను గొట్టం ద్వారా బయటకు పంపిస్తుంది. అదేవిధంగా ఊపిరితిత్తులు ప్రాణవాయువును శరీరానికి అందిస్తూ చెడుగాలిని వెలుపలికి పంపి, దుర్గంధాన్ని మలద్వారము ద్వారా పంపివేస్తుంది. ఇంజనులో ఇంధనం లేకపోతే వాహనమెలా ఆగిపోతుందో గుండెకు రక్తప్రసరణ లేకపోతే శరీర వాహనమూ అలాగే ఆగిపోతుంది.

ఎక్కడో ఉన్న ఏడుకొండలపైన దేవుడు, సప్త సముద్రాలకావలి వైపు భగవంతుడిని ఆకారంలో చూపెడితే, మహాత్ములు అంతర్దృష్టితో ఈ దేహంలోనే ఏడు కొండలు, సప్తసముద్రాలను చూపించారు. దేహంలోని ఒక్కొక్క వంపు అనగా పాదము, మోకాలు, నడుము, ఉదరము, హృదయభాగం, కంఠం, ఏడవది భృకుటి స్థానం. ఈ ఏడు భాగాలను ఏడు కొండలుగా చూపారు.

త్రికూటము - తీర్థస్థానం :- పరమాత్మ స్వరూపం, శివస్వరూపమును మహాత్ములు త్రికూటములోన దర్శించి ఆత్మయాత్ర చేసారు.

"జీవ శివాచీ ఘాలునీ ఘాటీ - పరమాత్మ పహావయా దృష్టి" అన్నారు తుకారమ్ మహారాజ్.

భావం : (జీవశక్తి అనగా ఆత్మశక్తి మాయతో కప్పబడి ఉంది. శివశక్తిని (పరమాత్మ) ధ్యానసాధన ద్వారా చేరి మాయ నుండి ముక్తిని పొంది, నేను, నాది అనే అభిమానము పోయి అన్నీ తానే చేస్తున్నాడనే భావన ఏర్పడినపుడే ఆత్మ దర్శనమవుతుంది) త్రివేణి సంగమము, త్రికూటము, భృకుటి, మహాద్వారం, దశద్వారం, స్వర్గధామం, ఇత్యాది పేర్లు పెట్టారు మహాత్ములు ఈ పవిత్ర స్థానానికి. అందుకే హిందువులు భృకుటిపై కుంకుమ దిద్దుతారు.

తీర్థక్షేత్రాలని, తీర్థ స్థానాలని, నదుల సంగమాలను త్రివేణి సంగమాలుగా చూపిస్తూ మన నుండి మనల్నే దూరం చేసారు. కాని మహాత్ములు దేహ మందిరములోనే దర్శించారు. ఏది సత్యమో, ఏది అసత్యమో ఎవరికి వారు ఆత్మావలోకనం చేసుకుంటే సత్యమేమిటో అర్థమవుతుంది.

రెండు కళ్ళను భీమ, చంద్రభాగా నదులుగా, గంగా, యమునలని వర్ణించారు.

నాసికా రంధ్రాలను సూర్యనాడి, చంద్రనాడులుగా, ఈడ పింగళా నాడులుగా అభివర్ణించారు.

చెవిలో కూడ రెండు పొరలుంటాయి. ఒకటి వెలుపల ధ్వనులను రెండవది లోపలి ధ్వనులను వింటుంది.

మనిషి మెదడు విశ్వకేంద్రము. మెదడు రెండు భాగాలుగా ఉంటుంది. చిన్న మెదడు కర్మేంద్రియాలకు సంకేతాలనిస్తే, పెద్ద మెదడు జ్ఞానేంద్రియాలకు సంకేతాలనిస్తుంది.

హృదయస్థానం: శరీరానికి రక్తప్రసరణ ద్వారా శక్తినిస్తుంది. దీనినే మనసు అని కూడ అంటారు. ఇది గడియారం వలె పనిచేస్తుంది. ఈ గడియారాన్ని చిత్తమనే ముల్లు నడిపిస్తుంది. దీనిని చుట్టి గంటలు, నిమిషాల వలె కామ, క్రోధ, లోభ, మోహ, మద, మాత్సర్యాలనే ఈర్ష్య, ద్వేషం, కపటం, రాగం, గర్వం, అభిమానమనే తత్వాలుంటాయి.

కర్మేంద్రియల ద్వారా సంకేతమందగానే చిత్తమనే ముల్లు ఒక్కొక్క తత్వాన్ని తిప్పుతుంది. అపుడు ఆ తత్వం పనిచేస్తుంది.

నాభీస్థానం : శబ్దానికి మూలం నాభీస్థానం. అదే పరాశక్తి స్థానం. అక్కడి నుండి శబ్దం ఆకారం దాల్చి పశ్యంతి అనగా హృదయస్థానం చేరి మధ్యమా అనగా కంఠమును దాటి వైఖరి అనగా నాలుకను చేరి నోటి ద్వారా శబ్ధం బయటకు వస్తుంది.

శ్వాస కుంభకం జరిగినపుడు, నాభీ స్థానంలో గుండ్రంగా తిరుగుతూ ఊర్ధ్వగతికి చేరి శరీరాన్ని ఉయ్యాలలూగిస్తుంది. అందుకే దీనిని నాగనాడి అన్నారు. ప్రెషర్ కుక్కర్‌లోని ఆవిరిని అదుపు చేయడానికి విజిల్ పెట్టగానే ఆవిరి పైకి వెల్లడానికి మెల్లగా విజిల్‌ను కదిలిస్తూ ఆవిరి పూర్తి నిండగానే విజిల్‌ను పైకి లేపి శబ్దాన్నిచ్చినట్లు శ్వాస కూడ (ధ్యానస్థితిలో) ఊర్ధ్వస్థితికి చేరి మెల్లమెల్లగా పైకి వెలుతూ త్రికుటములోని శివశక్తిని చేరుతుంది.

"ఉల్టీగంగా వాహిలీ ఆకాశీపుర్ ఆలా
ఏకా ఏకీ నావా మదీ సముద్ర బుడాలా"

భావం: శ్వాస ప్రవాహం వ్యతిరేక దిశలో పయనించి ఉప్పెనలా ఉప్పొంగి సమాధి (స్థితి) అనే నావలోన భవసాగరమనే మాయ పూర్తిగా మునిగిపోతుంది. ధ్యానసాధన ద్వారా సమాధిస్థితికి చేరినపుడు శ్వాస ఊర్ధ్వగతిలో తురియా, ఉన్మనీ స్థితులను చేరుతుంది.

"జీవాచీ సంగతి - దేహాచీ శుద్ధతి
నాశీవంతాశీ - ఠావూ నయీ" అన్నారు మహాత్ములు.

భావం : జీవం అనగా ఆత్మ ఈ దేహంలో ఉన్నంతవరకే పనిచేస్తుంది. ఏది సాధించాలన్నా, ఏమి చేయాలన్నా ఆత్మ ఉన్నంతవరకే. దేహాన్ని వదిలి వెళ్ళిపోయిందంటే ఎందుకు పనికిరాని ఒక వస్తువుగా మారిపోతుంది. దేహాన్ని వీడి ఆత్మ ఎపుడు వెళ్ళిపోతుందో ఎవరికీ తెలియదు.

ఈ ఆత్మ జ్ఞానాన్ని తెలుసుకోవడానికి విశ్వవిద్యాలయాలకు వెళ్లవలసిన అవసరం లేదు. మన దేహమే ఒక విశ్వవిద్యాలయం. దేహంలోనే ఆత్మ గురువున్నాడు. ఆత్మ గురించి తెలియడానికి సద్గురువు కావాలి. వారి ఆత్మసాక్షాత్కార అనుభవాన్ని మనలో ప్రసరింప చేసి జ్ఞానజ్యోతిని వెలిగిస్తారు. అపుడే మన దేహం గురించి, దానిని నడిపించే శక్తి గురించి అర్థమవుతుంది.

ఇస్ బంగలేకో నవదర్వాజే - దశవీ ఖిడికీ ఖోల్

ఉసమే లాల్ భరె అనమోల్ - అన్నారు కబీర్.

భావం : శరీరమనే భవనంలో నవద్వారాలున్నాయి. దశద్వారములోన వెలకట్టలేని ఆణిముత్యాల జ్ఞాన ఖజానా దాగి వుందన్నారు కబీర్. అందుకే మనిషి యొక్క శిరస్సు భాగాన్ని విశ్వకేంద్రంగా అభివర్ణించారు మహాత్ములు.

ఈనాడు సైన్సు ద్వారా విజ్ఞానాన్ని తెలుసుకొని అంతరిక్షంలోకి అడుగుపెట్టిన మనిషి తనలోని దివ్యశక్తిని పసిగట్టలేకపోతున్నాడు. దేహం దేవమయం, దేహం శక్తిమయం, అమృతమయం, బ్రహ్మమయం, త్రిగుణాత్మకమని ఎందరో మహాత్ములు వర్ణించారు. పవిత్రమైనదని శ్రేష్టమైనదని దేహంలోని విశ్వశక్తిని గుర్తించండి. అందరిలో ఈశక్తి దాగి ఉంది.

"ఆపన్ రాహతో జ్యాగావీ, త్యాచా నామచ్ నాహి ఠాహి" అన్నారు తుకారామ్ మహారాజ్.

ఏ ఊరిలో మనమున్నామో ఆ ఊరి పేరే మనకు తెలియదని పై వాక్యార్థం.

దేహ సామ్రాజ్యాన్ని నడిపించే రాజు (ఆత్మ) ఎవరో ఎలా ఉంటాడో మనకు తెలియదు. శరీరాన్ని నడిపించే ఆత్మ దేవుడిని మనం మరిచిపోయాము.

జరిగేదంత అతడు ఆడించే ఆట. ఆత్మ ఆడించినట్లుగా మనమాడుతున్నాం. మనం కొలిచే దేవుడు చేయలేని పనిని మనిషి

చేయగలుగుతున్నాడు. అంతటి శక్తి ఆత్మరూపంలో దాగి వుంది. ఈ జ్ఞానాన్ని తెలుసుకోగలిగితే మనిషి నిత్యానందుడు మరియు అమృతతుల్యుడవుతాడు. కాలచక్రంలోన తిరుగుతున్న జీవరాశియంత ఆత్మ ఆధారంతోనే వస్తున్నాయి, పోతున్నాయి. కుమ్మరి ఏ విధంగా మట్టికి ఆకారమిచ్చి తయారుచేస్తాడో ఆత్మ కూడ ఆకారాలను తయారుచేసి నడిపించి చివరకు నశింప చేస్తుంది. అందుకే తుకారామ్ మహారాజ్ ఇలా అన్నారు.

"విఠలా తూ వేడా కుంభార్ - తూచ్ ఘడవిశీ, తూచ్ పాడవిశీ
తూచ్ తాడశీ, తూచ్ తారణీ - ఫిరతా చాకావరీ దేశీల్ తూ ఆకార్
ఉజడాత్ హెూతే పుణ్య్, అంధారాత్ హెూతే పాప్
జ్యాచా త్యాచీ హోతీ హ్యావే కర్తవ్యాచీ మాప్
జైసీ కర్మ కరావె తైసీ ఫల్ దేతో ఈశ్వరా"

భావం : విఠలా! నీవు విచిత్రమైన కుమ్మరివి. నీవే తయారుచేస్తావు, మళ్లీ నీవే కూల్చేస్తావు, నీవే శిక్షిస్తావు, నీవే రక్షిస్తావు, కాలచక్రగమనములోన ఆకారాలను మారుస్తావు. వెలుగులో జరిగేది పుణ్యం, చీకటిలో చేసేది పాపం, మన కర్మలను బట్టి, మన ప్రవర్తనను బట్టి ఏ విధంగా కర్మలు చేస్తారో అదే విధంగా ఫలితముంటుంది.

తుకారామ్ మహారాజ్ ఎంత చక్కగా వివరించారు. ఆత్మను విఠలా! అని సంభోధిస్తూ చేసేది, చేయించేది అన్నీ నీవేనని, ప్రతి ఒకరికి కర్తవ్యాలను చూపెడుతూ కర్మానుసారంగా ఫలితముంటుందని చెప్పకనే చెప్పారు.

ఈ దేహమనే గోకులంలో కృష్ణుడనే ఆత్మ విహరిస్తున్నాడు. అందుకే చేసేది చేయించేది అంతా నీవే అని ఆత్మనే దేవుడని ప్రార్థించండి, ధ్యానించండి.

అందుకే అతడి శక్తిని మీలోనే శోధించండి. ఈ జ్ఞానం ప్రతి ఒకరిలో దాగి వుంది. కస్తూరి సుగంధమును నాభిలో దాచుకున్న లేడి ఛందమున మనం కూడ ఆత్మను మరిచి ఆత్మజ్ఞానాన్ని

మరిచిపోయాము. అజ్ఞానపు మబ్బుతెరలు కమ్ముకోవడం వల్ల ఆత్మప్రకాశాన్ని చూడలేకపోతున్నాము. సజ్జనుల సాంగత్యం, సద్గురువుల దర్శనం ద్వారా మనలోని ఆత్మశక్తిని, జ్ఞానాన్ని జాగృత పరుచుకోవచ్చు.

మనలో అమృతముంది. దానిని ఆస్వాదించడం మాని ఇంద్రియాలకు లోబడిపోయాము. ఇంద్రియాలకు లోనుకాక ఆత్మనామాన్ని స్మరించినట్లయితే మన నాలుక అమృతరసాన్ని ఆస్వాదించి మనము అందించు రుచులు దాని ముందు దిగదుడుపేనని కలిగింపచేస్తుంది. ఈ జ్ఞానం ఈనాటిది కాదు, ఆత్మ ఎవరిలో లేదో చెప్పండి. ప్రతి జీవరాశిని నడిపించేది కూడ ఆత్మయే. మనమెవరము? ఎక్కడి నుండి వచ్చాం? తిరిగి ఎక్కడికి వెళ్తాం? మన కర్తవ్యమేమిటి? ఈ ప్రశ్నలకు సమాధానం ఎక్కడో వెతకాల్సిన అవసరం లేదు. మనలోనే ఈ ప్రశ్నలకు సమాధానాలు దొరుకుతాయి. అది కూడ సద్గురువు మార్గదర్శకం పొందినపుడు మాత్రమే.

సీతను రాజ్యానికి తీసుకొచ్చిన తరువాత తనతో వచ్చిన వానరులందరికి బహుమానాలిచ్చాడు రాముడు. కాని హనుమంతుడికి ఏమి ఇవ్వకపోయేసరికి సీతకు జాలి అనిపించి రాముడు తనకిచ్చిన రత్నాల హారమును బహుమానంగా హనుమంతుడికి ఇస్తుంది. దానిని అందుకొన్న హనుమంతుడు ఆ రత్నాలను ఒక్కొక్కటిగా పంటితో విరగ్గొట్టి పడేస్తుంటే సీతకు కోపం వస్తుంది. వీటిలో నా రాముడిని వెతుకుతున్నానని, రాముడు నీ ప్రక్కన ఉన్నాడు తల్లీ కాని నా దేవుడు నాలోనే ఉన్నాడని ఛాతిని చీల్చి ఆత్మారాముడిని శాంతి అనే సీతను తన హృదయంలో చూపిస్తాడు హనుమంతుడు.

వశిష్ఠ మహర్షి ద్వారా పొందిన బ్రహ్మ స్వరూపమును రాముడు హనుమంతుడికి ఆలింగనము ద్వారా శక్తిపాతం కావించి ఆత్మదర్శనం కావిస్తాడు. అది పొందిన హనుమంతుడు రామభక్తుడయ్యాడు.

ఆత్మరూపంలో నన్ను మీరు చూడగలిగితే మీకు నేను కృష్ణునివలె కనపడతాను. కాని మాయ తెరను కప్పుకొని స్వార్ధపు బుద్ధితో కోరికలు తీర్చే దేవుడిగా శరీరంలో చూస్తున్నారు తప్ప మనసు కంటితో చూడగలిగితే పరమార్థం అర్థమవుతుంది.

మన దేవుడు మనలాగే మనిషిలా ఉన్నాడు. మనకు మార్గదర్శకం చేసేది మనిషి, దారి చూపించేది మనిషి, సహాయపడేది మనిషి, న్యాయం చేసేది మనిషి, వైద్యం అందించేది మనిషి, శిక్ష వేసేది మనిషి, రక్షించేది మనిషి, ఇన్ని చేసే మనుషులను వదిలి రాళ్లల్లో దేవుళ్ళను ఎందుకు వెతుకుతున్నారు.

నా దగ్గరకు రాకపోయిన పరవాలేదు. కాని నన్ను నిందించకండి. బాబా పట్నాపూర్‌లో వున్నారు కదా! ఇక్కడ జరిగేవి బాబా చూస్తారా! అని అనుకోకండి. నేను అందరిలో వున్నానని మరిచిపోకండి. అనంత విశ్వంలో నేనున్నాను. అందరిని చూస్తున్నాను. ప్రతి ఒకరిలో ఆత్మరూపంలో వున్నాను. గీతలో కృష్ణుడు ఇదే చెప్పాడు. మీరు చేసే ప్రతి పని మీలో వున్న ఆత్మదేవుడు చూస్తున్నాడు. అదే నేను చూస్తాను.

కోరికలు తీర్చమని పక్షులు, జంతువులు ఏ దేవుళ్ల దగ్గరకు వెలుతున్నాయి. మరి మనిషెందుకు అక్కడ ఇక్కడ పరుగెడుతున్నాడు. ఆ దేవుడు మీలో లేడా? వాటిలో వున్నట్లే మనలో కూడ చైతన్య రూపంలో ఉన్నాడని ఎందుకు అర్థం చేసుకోవడం లేదు. ఇప్పటికైన ప్రకృతిని చూసి నేర్చుకోండి. పక్షులను, జంతువులను చూసి క్రమశిక్షణ, నియమాలను పాటించండి. వాటికి లేని ఆలోచనా శక్తిని మనిషి కలిగి వున్న, వాటి కంటే హీనంగా బ్రతుకుతున్నాడు మనిషి.

ప్రతి మనిషికి ఈ జ్ఞానం అవసరం. మంచి-చెడులను చూసే డాక్టర్లు కర్మేంద్రియాల రూపంలో, జ్ఞానేంద్రియాల రూపంలో మనలోనే ఉన్నారు. వాటిని అదుపు చేసే పెద్ద డాక్టరు (ఆత్మ) కూడ మనలోన దాగి ఉన్నాడు. అతడిని ఆశ్రయిస్తే చాలు. దేహాన్ని నడిపించే

డాక్టరు (ఆత్మ) చెప్పినట్లుగా నడుచుకుంటే సన్మార్గములో నడిచినట్లే అవుతుంది.

సముద్రాన్ని నింపిన ఆ భగవంతుడి దాహాన్ని మనం తీర్చగలమా! పృథ్విలోన గుప్తనిధులను, ఖనిజసంపదను, ప్రకృతి సంపదను మనకు ప్రసాదించిన ఆ దేవుడికి మనమేమివ్వగలం. అతడిచ్చిన ఈ దేహం. అతడు నడిపించేది ఈ దేహం. మనలోని దేవుడిని మరిచి మనం కూర్చోపెట్టిన దేవుడిని పూజిస్తూ రాయిగా మారిపోయి రాక్షసుడిలా ప్రవర్తిస్తున్నాము. ప్రేమ అనే గొప్ప సంపదను మనలో దాచుకొని అభిమానమనే ధనాన్ని పైపై మెరుగుల పూతపూసి అదే నిజమనే భ్రమలో గర్వపడుతున్నాము. ప్రేమ ధనాన్ని అందరికి పంచగలిగితే మనమే దేవుళ్లవుతాము.

ఒక ఋషి దగ్గర ఇద్దరు శిష్యులుండేవారు. వారిని పరీక్షించదలచి ఇద్దరికి రెండు కోళ్లను ఇచ్చి ఎవ్వరూ చూడని స్థలంలో వీటిని చంపి తీసుకురండి అని పంపించాడు. ఇద్దరూ చేరోవైపు వెళ్ళారు. మొదటి శిష్యుడు అడవులు దాటి ఒక మైదానంలో ఆగి చూసాడు. ఎవ్వరూ కనిపించలేదు. ఎవ్వరూ చూడటం లేదని నిర్ధారించుకొని కోడిని కోసి తిరుగుపయనమయ్యాడు. ఇక రెండవ శిష్యుడు చాలా దూరం వెళ్లాడు. ఆకాశంలో పక్షులు లేవు. క్రింద చుట్టూ చూసాడు. ఎవ్వరూ లేరు అయినా అతడికి అనుమానమొచ్చింది. సూర్యుడు నన్ను చూస్తున్నాడు, ఆకాశం చూస్తుంది, ఈ చెట్లు నన్ను చూస్తున్నాయి, ఈ భూమి నన్ను చూస్తుంది. అతడికి గురువు చెప్పిన విషయం గుర్తుకు వస్తుంది. "ఈశ్వరుడు అంతటా వ్యాపించి ఉన్నాడని, అతడన్నీ చూస్తాడని" ఈ కోడిని కోస్తున్నపుడు నేను కూడ చూస్తాను కదా! మరి ఎవ్వరూ లేకుండ దీనినెలా చంపాలి? అనుకొని దానినలాగే తీసికొని గురువు దగ్గరే నా సందేహానికి జవాబు లభిస్తుందని తిరుగు పయనమయ్యాడు.

ఇద్దరూ గురువు చెంతకు చేరారు. మొదటి వాడిని అడిగారు. ఎవ్వరూ చూడకుండా నేను కోసాను అన్నాడు. మరి నీవు చూడలేదా! నేను చూస్తుండగానే కదా కోయడం జరిగింది అన్నాడు. ఇక రెండవ

వాడిని అడిగారు ఏమైందని. జరిగిందంతా వివరంగా చెప్పాడు శిష్యుడు. అన్నీ నన్ను చూస్తున్నాయి. ఇలాంటపుడు దీనినెలా చంపాలో తెలియక తిరిగి తీసుకొచ్చాను అన్నాడు. గురువు మందహాసంతో నిజమైన శిష్యుడివి నీవేనని చెప్పి అతడికి అనుగ్రహమిస్తారు గురువు. దీనర్థం అతడికి ఆత్మ అంటే ఏమిటో, భగవంతుడెలా ఉన్నాడో అర్థమయింది కనుకనే దానిని చంపకుండ తిరిగి తీసుకొచ్చాడు. అందుకే అతడిని శిష్యుడిగా ఎంచి జ్ఞానబోధ చేసారు గురువు.

ప్రకృతిలోని సర్వవ్యాపకశక్తిని ఒక్క మనిషి మాత్రమే తెలుసుకోగలిగాడు. పరమాత్మ శక్తిని, శరీరాన్ని నడిపించే ఆత్మశక్తి అంతట వ్యాపించి వున్నదని, ఈ చైతన్యశక్తియే సృష్టిని నడిపిస్తుందన్న వాస్తవాన్ని ఒక్క మనిషే తెలుసుకోగలిగాడు. అతడే దేవుడయ్యాడు. సంఖ్యాశాస్త్రంలో ప్రకృతి పురుషుడనగా ఆత్మ గురించి ఈ విధంగా వివరించబడింది. "ఉత్పత్తి కార్యాన్ని చేసే ప్రకృతి - పురుషుడనగా ఆత్మ శరీరం నుండి (పురుషుడి) మరో శరీరంలో (స్త్రీ)కి (మైథునం ద్వారా) వీర్య రూపంలో ప్రవేశించి మరో ఆకారాన్ని తయారు చేసుకొని ఈ ప్రపంచంలోకి శరీర రూపంలో వస్తుంది." ఇది ఒక రకమైన పురుషార్థం ఉత్పత్తి కారకమైనది.

మరో పురుషార్థం ఒక యోగి పురుషుడు మరో శరీరంలోకి (సాధకుడిలో) తన తపశ్శక్తిని ప్రసారం చేసి అతడిలోని సుప్తావస్థలో వున్న కుండలినీ శక్తిని జాగృతి పరిచి జ్ఞానోదయం కావించి ఒక క్రొత్త జన్మనిచ్చినట్లుగా అతడిలో పరివర్తన కలిగిస్తాడు.

మొదటి పురుషార్థం ఉత్పత్తి కార్యాన్ని చేసి మాయలోకి లాగుతుంది. రెండవ పురుషార్థం యోగి పురుషుల ద్వారా ఆశీర్వాదం లభించి పరివర్తన కలిగించి మాయ నుండి ముక్తులను చేస్తుంది.

మఱ్ఱి విత్తనంలో పెద్ద వృక్షం దాగివున్నట్లుగా ఒక ఆత్మ మరో ఆత్మను శరీరంలో ధరిస్తుంది. విత్తనంలోని వృక్షంవలె కనపడనట్లుగా ఆత్మశక్తి కూడ అగోచరమై వుంది.

(గీత 18-16) ఓ అర్జునా! జగన్నియామకుడు పరమేశ్వరుడు (అంతర్యామి)

మాయచేత సమస్త ప్రాణుల యొక్క హృదయమున వెలయుచున్నాడని శ్రీకృష్ణ పరమాత్మ చక్కగా గీతలో వివరించారు. సమస్త ప్రాణి కోట్ల హృదయస్థానమందు పరమాత్మ నివసిస్తున్నాడని, పూర్ణ మనసుతో భగవానుని ధ్యానింపవలెనని, దృశ్య విషయములపై మనసును పంపరాదని ఆత్మ యందు స్థాపించి వారినే అర్చించవలెనని ధ్యానించవలెనని, వారికే నమస్కరించవలెనని, అజ్ఞానులగు జనులు అట్లుచేయక తమ చిత్తములను దృశ్య విషయములందే లగ్నము చేయుచు వానినే సేవించుచూ, కామాది రాక్షసులకే నమస్కరించుచు, వారినే అర్పించుచు పరిపోషించు చున్నారు. అట్టి వారు భగవానుని ఎన్నడును పొందలేరని (గీత 18-65) వివరించారు.

"యోగ విజ్ఞాన్" అను మరాఠి గ్రంథములోని (91 వ పేజీ) "ఆత్మజ్యోతి దర్శనము" అను అధ్యాయములో ఆత్మను గురించి వివరిస్తూ సర్వ భూతాలలో పరమాత్మ గుప్తరూపంలో అంతర్యామిగా నివాసమై వున్నాడు. సర్వ వ్యాపియై అతడు సర్వభూతాల కర్మలకు అధ్యక్షుడై సర్వ భూతాలలో సాక్షిగా చైతన్య రూపంలో, నిర్గుణ రూపంలో దాగి వున్నాడు. పాలలో దాగి వున్న వెన్నవలె, పుష్పాలలోని సుగంధం వలె, కట్టెలలో దాగి వున్న అగ్ని వలె దేహంలో ఆత్మరూపంలో అమరి ఉన్నాడు.

ఆది నుండి వచ్చేది చివరకు మిగిలేది ఆత్మయే కనుక ఆదిశేషుడని పిలువబడ్డాడు. సృష్టిని రక్షించేది చైతన్యశక్తి. శరీరమను జగమును నడిపేది, రక్షించేది ఆత్మశక్తి అందుకే దాన్ని జగన్నాధుడన్నారు. జగదీశ్వరుడు, విశ్వచాలకుడు, విశ్వవ్యాపకుడు, విశ్వాంభరుడని ఆత్మశక్తినే అన్నారు మహాత్ములు. పంచతత్వాలు కలిసి ఒక శక్తిగా ఏర్పడి ఆ శక్తి ఆత్మగా వెలుగుతుంది.

అందరిలో ఆతడున్నపుడు లోకంలో దుఃఖాలపాలు ఎందుకవుతున్నారు? అన్న సందేహం రావచ్చు. దుఃఖాలు బాధలు కలగడానికి కారణం మనం చేసే కర్మలు. మంచి-చెడు, పాపం-పుణ్యం అన్నీ మనకు తెలిసిన కూడ సత్కర్మలు చేయక దుష్కర్మలు చేసి దుఃఖాల పాలవుతున్నారు తప్ప అతడు ఇది చేయమని చెప్పడం లేదు. ఇంద్రియాల ఆధీనంలో వున్న మనసు చెప్పిన మాటలు విని దుఃఖంలో కూరుకుపోతున్నారు. అదే ఆత్మ చెప్పినట్లు నడుచుకున్నట్లయితే దుఃఖాలకు తావే వుండదు.

ప్రకృతి నియమానుసారంగా నడుచుకునే ఇతర ప్రాణులకు ఈ సుఖదుఃఖాల భేదాలు తెలియవు. కాని ఉత్తమమైన నరదేహాన్ని పొందిన మనిషి ప్రకృతికి విరుద్ధంగా నడుస్తూ పాపాలను మూటకట్టుకుంటున్నాడు తనకు తెలియకుండానే.

విజ్ఞానంలో ఎంతో ఎత్తుకు ఎదిగిన మనిషి ఆత్మజ్ఞానానికి (అంతరంగంలో) అతి దూరంలో ఉండిపోయాడు. అందుకే మహాత్ములు ఆత్మజ్ఞానాన్ని మనకు వరంగా అందించారు. నాశవంతమైన ఈ శరీరంలోని దైవశక్తిని తెలుసుకోమన్నారు.

ధ్యానం ద్వారా జ్ఞానం, జ్ఞానం ద్వారా బుద్ధి వికసించబడి ఆత్మజ్ఞానమవుతుంది. రక్షించేది, శిక్షించేది ఆత్మయే అన్న మూలమర్ధమవుతుంది. శరీరమే బ్రహ్మము, ఆత్మయే భగవంతుడు. మనం పూజించే వేరు వేరు పేర్లతో మహాత్ములందరూ (శివుడు, రాముడు, కృష్ణుడు, హనుమంతుడు ఇత్యాదులు) మనుషులుగా జన్మించారు. సత్కర్మలు చేసి నిస్వార్థసేవచేసి జగత్కళ్యాణము చేసి వాళ్లు దేవుల్లయ్యారు. వారు ఆకారంలో ఇపుడు లేకున్నను చిరంజీవులై (జ్ఞానరూపంలో) వున్నారు. అందుకే మానవుడే మాధవుడని, నరుడే నారాయణుడని గ్రంథాలు చెబుతున్నాయి.

స్వర్గం, నరకం ఎక్కడో లేవు. అందరికి ప్రేమను పంచుతూ ప్రేమమూర్తులు కావడమే స్వర్గం. ఆనందాన్ని పొందడమే మోక్షం.

దుర్గుణాల నుండి దూరం కావడమే ముక్తి. సమాధానాన్ని పొందడమే శాంతి. సంతోషాన్ని పంచడమే సుఖం. సత్కర్మలు ఆనందాన్ని కలిగిస్తే దుష్కర్మలు దుఃఖాలకు హేతువులుగా నిలుస్తాయి. అది నరకం కాక మరేమిటి.

దేహమే దేవాలయం. జీవుడే సనాతన దైవం అన్న మహాత్ముల వాక్యాలు నగ్న సత్యాలు.

8. ఆత్మ

ఆత్మను రథములోని యజమానిగా శరీరమును రథముగా, బుద్ధిని సారధిగా మనస్సును కళ్లెముగా, ఇంద్రియములను గుఱ్ఱములుగను, వాటి మార్గములు ఇంద్రియములచే అనుభవించబడు విషయములని ధీమంతులకే ఆత్మజ్ఞానము కలుగునని మనసుతో కూడిన పరమాత్మయే భోక్తయని ఉపదేశిస్తున్నది. ॥ కఠోపనిషత్తు ॥

భగవంతుడు చూడటానికి ఒక వస్తువు కాదు, ఇలా వున్నాడని చెప్పడానికి ఆకారం లేదు. కాని విశ్వమంతా తానై వ్యాపించి ఉన్నాడు. అతడిని తెలుసుకోవడం ఒక్క మనిషికే సాధ్యం. ఇతర ప్రాణులకు లేని దివ్యశక్తి మానవుడిలో వుందని మహాత్ములు దర్శించి అనుభవజ్ఞానాన్ని చెప్పారు. ఆత్మరూపంలో ఆ దివ్యశక్తి శరీరాన్ని చైతన్యంగా వుంచి విశ్వజ్ఞానాన్ని మనలో దాచింది. పంచభూతాత్మక ఆ దివ్యశక్తియె ఆత్మ. మన గురించి మనకు అర్థం కానంతవరకు ఆ భగవంతుడి గురించి ఎప్పుడూ అర్థం కాదు.

విశ్వజ్ఞానము ఈ దేహంలో దాగి వుంది కనుకనే మహాత్ములు ఆత్మసాక్షాత్కారాన్ని పొంది అనుభవ జ్ఞానసంపదను గ్రంథాల రూపంలో మనకందించారు. కర్మచక్షువులతో వాటిని చదవగలం కాని అర్థం చేసుకోలేము. అది చదవడానికి జ్ఞాననేత్రంకావాలి. ఈ జ్ఞాననేత్రం అందరిలో వుంటుంది కాని ఆత్మసాక్షాత్కారాన్ని పొందిన మహాత్ములు మాత్రమే ఈ జ్ఞాననేత్రాన్ని (దివ్యదృష్టి - అంతర్దృష్టి)

తెరిపించి ఆత్మజ్ఞానాన్ని ప్రసాదిస్తారు. అపుడే ఆ గ్రంథాలలోని సారం అర్థమవుతుంది. ధ్యానసాధన ద్వారా చైతన్య స్వరూప ఆత్మదర్శనమవుతుంది.

విశ్వవ్యాపకమై చరాచరాలలో నిరాకారరూపంలో అమరి ఉన్నాడు చైతన్య స్వరూపుడు. శరీరము అతడి సాధనం అనగా ఆకారంలో వున్న నిరాకారమే ఆత్మ. పుష్పంలోని పరిమళం వలె, అక్షరాలలో అమరిన శబ్దం వలె శరీరంలో వుండి పలికించే శబ్దం (శక్తి) ఆత్మ. మనలో వికసించే ఆనందానికి ఆకారముంటుందా? శాంతికి స్వరూపముంటుందా? పంచకృత్యకారి అతడు. సృష్టి, స్థితి, లయ, నిగ్రహ అనుగ్రహాలను కల్పించేవాడు అతడు. అందుకే అతడిని సదాశివుడని వర్ణించారు.

పంచతత్వాలతో శరీరాన్ని తయారుచేసి శరీర యంత్రాంగాన్ని నడిపిస్తున్న చైతన్య శక్తియే ఆత్మ.

పూర్వం పంచభూతాలనే భగవత్స్వరూపంగా భావించి ప్రతిప్రాణిని, చెట్లు చేమలను పూజించేవారు. చరాచర జీవరాశులలో శ్వాసరూపంలో అమరి వుంది ఆత్మ. చెట్లు చేమలలో సైతం జీవముంది కనుక అవే మన జీవనాధారం కూడ. ఈ ఆత్మ ఎక్కడి నుండి వచ్చింది? ఎలా వచ్చింది? ఎప్పటి నుండి వుంది? అనేవి ఎవ్వరికి అర్థం కాని ప్రశ్నలుగానే మిగిలిపోయాయి. కాని మహాత్ములు అనుభవ జ్ఞానాన్ని పొంది ఆత్మయె ఈశ్వరరూపమని చెప్పగలిగారు. చైతన్య వస్తువుగా శరీరంలో వుండి నడిపించేదని, నిరాకార రూపంలో, ప్రాణవాయు రూపంలో, జ్యోతి రూపంలో ఆత్మ అమరి ఉంది కనుక ఆత్మనే భగవంతుడని వర్ణించారు. పంచతత్వాల (పృథ్వి, ఆకాశం, అగ్ని, వాయువు, జలం) రూపంలో అంతట వ్యాపించి నిరాకార రూపంలో అందరిలో అమరి ఉన్నాడని అతడికి ఆకారం లేదని చెప్పారు.

ఈ సృష్టి మొదలు నుండి ఆత్మ కూడ అఖండమై వస్తుందేమో. ఉదా: మన తాత ముత్తాతల ఏడుతరాల వరకు మనకు తెలిసివుండవచ్చు. అందకు ముందు ఎన్ని శరీరాలను మార్చుకుంటూ

వస్తుందో మనం ఊహించగలమా! ఇంకా ముందుకు ఎంత దూరం సాగిపోతుందో (సంతానం రూపంలో) కూడ మనకు తెలియదు. కాని సృష్టిలోని రహస్యాలన్ని ఈ ఆత్మకు తెలుసు కనుక మనిషి తనలోని శక్తి సామర్థ్యాలన్నీ తెలుసుకోగలిగాడు. విశ్వజ్ఞానాన్ని తెలుసుకొని ఎన్నో ప్రయోగాలు చేసి, పరిశోధనలు చేసి సృష్టి రహస్యాన్ని ఛేధించగలిగాడు. ఈ ఆత్మకు అన్నీ తెలుసు కనుకనే ఆకాశాన్ని అందుకోగలిగాడు, పాతాళానికి వెల్లగలిగాడు మనిషి. ఆకాశంలో పక్షిలా ఎగురగలుగుతున్నాడు. చంద్రమండలానికి చేరగలుగుతున్నాడు.

ఇంత తెలిసిన కూడ ఈనాడు మనిషి తనను తాను మరిచిపోయాడు. తనలోని ఆత్మశక్తిని గుర్తించలేదు. బాహ్య ప్రపంచాన్ని చుట్టి వచ్చాడు కాని అంతర్ ప్రపంచాన్ని చూడలేకపోతున్నాడు. మానవ దేహంలో ఇతర ప్రాణుల కంటే మహొాన్నతమైన ఆధ్యాత్మిక శక్తి దాగి వుందన్న సత్యాన్ని గ్రహించలేకపోతున్నాడు. స్వయం ప్రకాశకుడైన మనిషి పరాన్న జీవిగా బ్రతుకుతున్నాడు. (దీనికి కారణాలు ఎన్నో ఉండవచ్చు. ఆ కారణాలు ఇక్కడ అప్రస్తుతం)

ఆది ఆత్మయే - ఆధ్యాత్మిక శక్తి.

మనిషికి ఈ ఆధ్యాత్మిక శక్తి (ఆత్మ) గురించి తెలియాలంటే తన అంతరంగ ప్రపంచాన్ని చూడగలగాలి. అది చూడాలంటే తనలోకి తానే పయనించాలి. తన గమ్యాన్ని తనలోనే వెతకాలి. ఆ గమ్యం ఏమిటో, ఎక్కడుందో తెలియాలంటే మార్గం చూపె గురువు కావాలి. భౌతిక ప్రపంచాన్ని చూపిన తల్లి ఏ విధంగా మొదటి గురువో, అదే విధంగా అంతర్ ప్రపంచాన్ని అనగా ఆత్మ సాక్షాత్కారాన్ని కలిగించే సద్గురువు మార్గదర్శకములో మన ఆత్మ వరకు మనము వెల్లగలుగుతాము. అమర జ్ఞానాన్ని ప్రసాదించు సద్గురువును ఆశ్రయించగలిగితే అశాశ్వతమైన ఈ దేహంలోనే అమరమైన ఆత్మశక్తిని, ఆత్మజ్ఞానాన్ని పొందగలుగుతారు.

ఈ శరీరమనే ఇంటిలోన ఆత్మజ్యోతిని వెలిగించి ఉంచండి. (గీతామకరందము -169) ఏనాటికైనను మనస్సు బహిర్ముఖత్వమును వీడి అంతర్ముఖమై స్వస్వరూపమగు ఆత్మ యందు నిలకడను పొందినపుడు మాత్రమే జీవుడు పూర్ణముగ తన లక్ష్యమును చేరగలడని గీతా వాక్యము. జీవుడు ఆత్మయె కాని దేహము కాదని, పూర్వము నుండి ఉన్నది, ఇపుడును కలదు, ముందును ఉండబోవును. దానికి వినాశనము లేదు. అది శాశ్వతమైనది (2-12 లో) వివరించబడింది.

(ఉపనిషత్తుల సందేశం -224 పేజీలో) అనంతము, అమరమైన వస్తువుకై (ఆత్మ) ఎక్కడ వెతకాలి? అన్న ప్రశ్నకు "తనలోనే" అని ఉపనిషత్తులు కూడా బోధిస్తున్నాయి. అనంతమే మానవుడి నిజస్వరూపం. ఆత్మ నిత్యబోధ నిత్య ముక్తం.

వేదాలు, శాస్త్రాలు, ఉపనిషత్తులన్నీ "ఆత్మలేనిది మనము లేము" అని చెప్పకనే చెబుతున్నాయి. వేదజ్ఞానాన్ని తనలో సుసంపన్నం చేసుకొన్న నాటి మానవుడు జ్ఞాన సంపన్నుడై తనను ఆశ్రయించిన వారికి ఆ జ్ఞానాన్ని అందించగలిగాడు. అంతటి మేధాసంపత్తిని కలిగి ఉన్న మనిషి ఈనాడు స్వార్థచింతనల వలలో చిక్కుకొని తనలోని జ్ఞానశక్తిని మరిచాడు. జ్ఞానంలేని వాడివలె వుండిపోయాడు. దీపం వెలిగించగానే చీకటిపోయి వెలుగు ప్రసరించినట్లు దేహమనే ఇంటిలోన ఆత్మజ్యోతిని వెలిగించినట్లయితే అజ్ఞానపు చీకట్లు తొలగిపోయి జ్ఞానప్రకాశం నిండిపోతుంది. అందుకే సద్గురువు మార్గదర్శకంలో సన్మార్గమును ఎంచుకొని జాగృతపరుచుకునే ప్రయత్నం చేయాలి.

"ఏకో దేవః సర్వభూతేషు గూఢః సర్వ జీవి సర్వ జీవాంతరాత్మ" అని తత్వజ్ఞానులందరూ ఏకాభిప్రాయాన్ని వ్యక్తపరిచారు.

అనాది నుండి వస్తున్న అజ్ఞానాంధకారము తొలగనంతవరకు, ఆత్మజ్ఞానం లభించనంతవరకు మనిషికి పరమశాంతి లభించదు. ఈ జ్ఞానప్రాప్తికి శరీరము ఒక సాధనము లాంటిది. ఈశ్వరుడు సృష్టిని రచించినపుడే విశ్వం యొక్క నమూనాగా అనగా తన ప్రతిరూపంగా

మానవ శరీరాన్ని సృష్టించాడు. అంతేకాక విశ్వజ్ఞానాన్ని దేహంలో నిధిలా నిక్షిప్తం చేసాడు. ఏ సాధకుడైతే పిండ బ్రహ్మాండమును శరీరంలో చూడగలుగుతాడో అతడే నిస్సందేహంగా జ్ఞాని, యోగి లేక మహాత్ముడు కావచ్చు అని శక్తిపాత యోగరహస్యములో వివరించబడింది.

ఈనాడు మనం పూజించే దేవుల్లందరూ ఒకనాటి అవతార పురుషులే. మానవదేహ రూపంలో జన్మించి దైవకార్యాలు చేసి చిరంజీవులయ్యారు. ఆది పురుషుడైన శంకరుడు ఆత్మపూజ (ధ్యానం) చేసి ఆధినాధుడయ్యాడు. త్రేతాయుగంలో రాముడు వశిష్ఠుల వారి నుండి ఆత్మజ్ఞానాన్ని పొంది పురుషోత్తముడయ్యాడు. రామభక్తుడయిన హనుమంతుడు ఆత్మధ్యానం చేసి భక్తిని చాటాడు. ద్వాపర యుగంలో కృష్ణుడు భగవద్గీత రూపంలో జ్ఞానబోధ చేసి ఆత్మజ్ఞానాన్ని పంచాడు. అందుకే -

మానవుడే మాధవుడయ్యాడు కాని
మాధవుడు మానవుడు కాలేదు కదా!
మానవ సేవయె మాధవ సేవ అన్నారు కాని
మాధవ సేవయె మానవ సేవ అనలేదు కదా!

అద్భుతమైనది ఈ సృష్టి. సృష్టి కంటే మరింత అద్భుతమైనది మానవ దేహం. అద్భుతాల నిధి, విచిత్రాల ఖని, జ్ఞాన గని, మానవ దేహం. సృష్టి రహస్యాన్ని తనలో దాచుకొన్న మానవ దేహం ఎంత గొప్పదో కదా! అందుకే మహాత్ములు మహోన్నతమైనది మానవ జన్మ అని అభివర్ణించారు. పంచభూతాత్మక దేహాన్ని నడిపించే అద్వితీయ శక్తిని చైతన్యరూపంలో దర్శించి అనుభవంతో చెప్పారు.

ఆత్మ నరుడి హృదయాంతరాలలో తేజోవంతమైన బ్రహ్మపురిలో ప్రతిష్టింపబడి ఉన్నదని ఉపనిషత్తులు బోధిస్తున్నాయి. మానవ దేహం కురుక్షేత్రమని, దానిని ధర్మక్షేత్రంగా అభివర్ణించారు గీతలో. మానవ దేహం పుణ్యక్షేత్రమని, పవిత్ర తీర్థస్థానమని వర్ణించారు శివసంహితలో.

మానవ శరీరం మాంస పిండంగా కనిపించినప్పటికి దానిలో బ్రహ్మాండమైన సృష్టి వుంది. ఈ శరీరం 72 కోట్ల నాడులతో కూడిన అత్యద్భుతమైన సృష్టి. 72 కోట్ల నాడులు, ఆరు చక్రాలు, తొమ్మిది ద్వారాలతో ఒక గృహాన్ని పోలి ఉంటుంది. ఈ శరీరాన్ని ఏడు ధాతువులతో కూడిన నగరమని (చిత్రశక్తి విలాసం-32 పేజీ) కూడ చెప్పవచ్చు. అద్భుతమైన శరీర సృష్టిని నడిపించే చలనశక్తికి చైతన్యమిచ్చు ప్రాణశక్తియె (ఆత్మ) జీవుడు. ప్రాణశక్తికి మూలమైన జగత్ప్రాణ శక్తియె సనాతనమైనది. దీనినే సమస్త వేదాలు, ఉపనిషత్తులు వర్ణించాయి.

నిర్గుణ నిరాకార జగత్ప్రాణశక్తినే ఖురాన్‌లో...

"లాయి లాహి యిల్లల్లా మహమ్మదుక్ రసూలల్లా" అని నిరాకార ప్రాణ చైతన్యమును మహమ్మద్ ప్రవక్త "ఖుదాయెనూర్" అని ఈ జగత్ప్రాణశక్తినే యేసుక్రీస్తు "జూహువా" అన్నారు. దీనినే సర్వవ్యాపి, సర్వాంతర్యామి, సర్వేశ్వరుడనియు కొందరు, అగమ్య అగోచర అప్రమాణమనియు మరికొందరు, స్వయంభువు సృష్టి స్థితి లయకర్త, నాశరహితుడనియు అంటుంటారు.

(శిరస్సే బ్రహ్మాండం. జగమే పిండాండము. సదాశివి యోగి - హంపి నుండి పై వాక్యాలు తీసుకోవడం జరిగింది)

సర్వ్ వేదమయః కాయః విశ్వ్ ఏక్ ఐసా శరీర్ మానా గయా హై ।

జోకీ సభీ దేవోంసే బనాహై । సభీ ప్రమాతా ఔర్ ప్రమేయ్ దేవరూప్ మానే గయేహై ।

యహీ ప్రమాతా - ప్రమేయ్ రూప్ విశ్వ్ ప్రభూ కా శరీర్ హై ।

ఏక్ దుస్‌రా పాఠ్ హై సర్వ్ తత్వ్ మయః కాయః

అర్థాత్ విశ్వ్ రూపీ శరీర్ సభీ తత్వోంకా బనా హువా హై ।

ఇంతటి అద్భుతమైన శక్తిని కలిగ ఉన్న దేహం గురించి (ప్రత్యభిజ్ఞ హృదయము- హిందీ -107 పేజీ) ఎంతో స్పష్టంగా వివరించారు. శరీరం వేదమయమని, విశ్వరూపి ఈ శరీరం తత్వాలతో

నిండి వుందని, శరీరాన్ని ఒక సృష్టిగా, సృష్టిని శరీరంగా వర్ణించారు. వేదమయఃకాయః వేదమనగా జ్ఞానం, విశ్వజ్ఞానం దాగి వుంది. కనుకనే విశ్వంతో పోల్చారు. దైవీశక్తులన్నీ తత్వాల రూపంలో అమరి ఉన్నాయి కనుకనే సర్వతత్వమయం కాయః అన్నారు.

"తిళా ఎవడే భాంధునీ ఘర్ అంతరాహే విశ్వాంభర్
తిళా ఇల్క్యా బింధుళే త్యామధీ విశ్వాంభర్ కోందాటళే
హరి హరాచీ మూర్తి త్యామధీ ఏతీ జాతీ
తుకాహ్మణే హే బిందుళే తేనే త్రిభువన్ కోందాటలే ॥ (తుకారామ్ మహారాజ్)

భావం: విశ్వాంభరుడైన పరమాత్మ నువ్వు గింజంత చిన్న గృహాన్ని నిర్మించుకొని దానిలోనే నివసిస్తాడు. విశ్వాన్నంతటిని భరిస్తూ పోషిస్తున్నాడు. విశ్వానికి అధిపతి జీవులకు పరమాత్మ, ప్రాణులకు పరమగతి, యోగుల జ్ఞానుల భక్తుల అంతరిక జ్ఞానరూపి సర్వజ్ఞుడు అయిన విశ్వాంభరుడు నాలుగు వైపుల విస్తరించిన బ్రహ్మాండమైన చెట్టుకు మూలం ఒక చిన్న విత్తనమైనట్టు, అనంతమైన ఆకారాలకు అనంతమైన శరీరాలను, అనంతమైన రూపాలను ధరించే విశ్వాంభరుడు నువ్వు గింజంత చిన్న ఇంటిలో వుంటాడు. **(చిత్తశక్తి విలాసం -166 పేజీ)** నువ్వు గింజంత బిందువు ఆత్మ యొక్క గృహం. దానిలోపల పరమేశ్వరుడుంటాడు. ఆయన పరిపూర్ణమైన ఆత్మదేవుడు.

దేహంలోని ఆత్మ గురించి ఆదిశంకరాచార్యులు **(ధ్యానం-ఆధ్యాత్మిక జీవనం-69-70 పేజీ)**

"మనో బుద్ధ్యహంకార చిత్తాని నాహం
నచశ్రోత జిహ్వేనచ ఘ్రాణ నేత్రే
నచ వ్యోమ భూమి న తేజో న వాయుః
చిదానంద రూపం : శివోహం శివోహమ్"

భావం: నేను అహంకార మనోబుద్ధి చిత్తాలను కాను. దృశ్య, శ్రవణ, రస, ఘ్రాణేంద్రియాలను పంచభూతాలను కాను. సచ్చిదానంద స్వరూపాన్ని నేను. సర్వాంతర్యామిని నేను. నేనే పరమాత్మను.

"అహం నిర్వికల్పో నిరాకార రూపో
విభూత్యాచ్ఛ సర్వత్ర సర్వేంద్రియాణాం
నచా సంగతం నైవ ముక్తిర్నమేయః
చిదానంద రూపః శివోహం, శివోహమ్"

అవ్యక్తం, అవ్యయం, అరూపం అయిన సర్వాంగాన్ని నేను. ఇంద్రియాలకు బంధాలకు, మోక్షానికి, సాపేక్ష జ్ఞానానికి కూడ అతీతున్ని నేను. సర్వాంతర్యామిని నేను. నేనే పరమాత్మను.

సూక్ష్మమైన వాటికంటే సూక్ష్మమైనవాడు, విశాలమైన వాటి కంటే విశాలమైనవాడు, అన్ని హృదయాలలోను నెలకొని ఉన్నాడు (కఠోపనిషత్తు -1.2.20)

సూర్యచంద్ర నక్షత్రాదులలో, భూమ్యాకాశ వాయువులలో వ్యాపించి ఉన్నది ఆయనే. అంతరంగంలో వుంటూ సకల సజీవ, నిర్జీవరాశులను నియంత్రించే సర్వశాసకుడు ఆయనే. భక్తుని హృదయాంతరాళంలోని అంతరాత్మ కూడ ఆయనే. (బృహదారణ్యకోపనిషత్తు 3-7.7)

అట్టి ఆత్మ స్వరూపమును కలిగి వున్న మానవ దేహం పవిత్రమైనది, శ్రేష్టమైనది, శుద్ధమైనదని మహాత్ములు వర్ణించారు. నాశవంతమైన శరీరంలో దివ్యామృతాన్ని శోధించి సాధించి కృతార్థులయ్యారు. ఆత్మజ్ఞానాన్ని విడమరిచి చెప్పే సద్గురు మార్గదర్శకం లభించక, స్వస్వరూపం గురించి తెలియక, ఈశ్వరుడు మన అంతరంగంలో ఆత్మరూపంలో నివాసమై వున్నాడన్న సత్యాన్ని ఈనాటి మనిషి గ్రహించలేకపోతున్నాడు.

కలియుగంలో ఎందరో మహానుభావులు వెలిసారు, ఆత్మజ్ఞానాన్ని బోధించారు. గౌతమబుద్ధుడు, వర్ధమాన మహావీరుడు, అద్వైతవాదియైన ఆదిశంకరాచార్యులు, గురునానక్, ఏక్‌నాథ్ మహరాజ్, తుకారామ్

మహారాజ్, యోగివేమన, రాఘవేంద్రస్వామి, అన్నమయ్య, త్యాగయ్య, భక్తరామదాసు, ఏసుక్రీస్తు, మహమ్మద్ ప్రవక్త, భక్త కబీర్, తులసీదాస్, రవిదాస్ చాంబార్, గజానన్ బాబా, నామదేవ్ మహారాజ్, తుకడోజీ మహారాజ్, సాయిబాబా, రమణమహర్షి, రామకృష్ణ పరమహంస, స్వామి వివేకానంద లాంటి ఎందరో మహాత్ములు ఆత్మజ్ఞానాన్ని అభంగాల రూపంలో, శ్లోకాల రూపంలో, స్తోత్రాల రూపంలో, పద్యాల రూపంలో బోధిస్తూ వచ్చారు. ఎందరినో సన్మార్గంలో నడిపిస్తూ వచ్చారు.

రామ్ రామ్ తర్ సర్వే చీ మ్హణతీ, పరీ నా ఒళఖతీ ఆత్మారామాసి ।
శ్రీ రామాసీ ఠావుక్ అస్తా రామ్ కా జాతీ వశిష్ఠ పశీ ॥

భావం: రామ రామ అని ప్రతి ఒకరు అంటుంటారు. కాని ఆత్మారాముడిని ఎవ్వరూ తెలుసుకోలేకపోయారు. శ్రీరాముడికి తనే అవతారపురుషుడని తెలిసి వుంటే వశిష్ఠుల దగ్గరకు ఎందుకు వెళ్లేవారని పై వాక్యార్థం.

హరే రామ - హరే కృష్ణ - హరే హరే అని అంటుంటారు కదా! హరే అనగా ఎదురుగా కనపడే ప్రతి వ్యక్తి ఆత్మారాముడని అర్థం.

తుకా మణే కైసే అంధళే హే జన్,
గెలే విసరూన్ ఖర్యా దేవా   ॥ తుకారామ్ మహారాజ్ ॥

మనల్ని నడిపించే దేవుడిని మరిచి గుడ్డివారై వెతుకుతున్నారని తుకారామ్ మహారాజ్ అన్నారు.

హమ్ బైఠే ఆరామ్ - నామ్ జపతా హమారా రామ్ - ॥ కబీర్ ॥

ఎంత చక్కగా వివరించారు సంత్ కబీరు. సోహం (శ్వాస-ఉచ్ఛ్వాస) ఆధారంగానే పై వాక్యాలు చెప్పబడ్డాయి. మనం ఖాళీగా కూర్చున్న శ్వాస తన పని తాను చేసుకుంటూ పోతుంది. దానినే జపమని చెప్పారు కబీరు. వేదంలో జ్ఞానం కూడా శ్వాసపై ఆధారంతోనే చెప్పబడింది. శరీరమే రాముడని ఆత్మ అంతటా వ్యాపించి ఉందన్న నిజాన్ని మరిపించి జ్ఞానం నుండి మనల్ని భ్రమింపచేసారు. వేదాలలోని మంత్రాల ప్రార్థనంతా ఈ సోహం పైనే చెప్పబడింది. దీనికొరకు

నారికేళ ఫలం, పుష్పం, పత్రం సమర్పించవలసిన అవసరం లేదు. ఆత్మ పూజ చేయడానికి "సోహం" అనగా ధ్యానం (శ్వాస, ఉచ్ఛ్వాసలపై ధ్యాస) చేయడం, మనల్ని మనమే పూజించడం, లేదా ప్రార్థించడం అన్నమాట. వేదంలోని జ్ఞానం ధ్యానసాధన ద్వారా, సోహం ద్వారానే ఈ ధనం (జ్ఞానం) లభించింది. ఈ సోహమే జగత్‌కళ్యాణము కావించే ప్రాణదాతయని మరువకూడదు. నా శరీరాన్ని నడిపించే శక్తి కూడ ఈ సోహమే. ఇప్పటికైన దీని గురించి ఆలోచించండి. శ్వాస రూపంలో ఆ శక్తియే (సోహం) మనల్ని రక్షించేది. మన పరివారాన్ని రక్షించేది. వృక్షాలను అదే విధంగా ప్రార్థించాలి మంచి ఔషధాలనిచ్చి రక్షించమని.

ఈ ప్రార్థన చేసేది ఎవరిని? దేవుడినా? పూలాజీబాబానా? కాదు ఈ ప్రార్థనంతా సోహం నే యని మరువకండి.

ఈ జ్ఞాన సంపద వేదంలోను ఉంది. అదే నాకు లభించింది. ఇదే శక్తి ఆది వ్యాధులను నయం చేసే, జగత్ కళ్యాణం కావించి సుఖాలనిచ్చే జ్ఞానప్రదాత. అందువల్లనే ధ్యానం ద్వారానే వ్యాధులు నయమవుతుండటం వల్ల భక్తులు వచ్చి అంటుంటారు "బాబా! మీ దగ్గరకు వచ్చినప్పటి నుండి మా బాధలు దూరమయ్యాయని, ఆనందంగా సంతోషంగా ఉండగలుగుతున్నామని. కానీ దీనికి కారణం నేను కాదు మీలో ఉన్న సోహం (ఆత్మ) శక్తియె మిమ్మల్ని రక్షిస్తుంటుంది. అందుకే ఆ ఆత్మనే ప్రార్థించండి.

కబీరు గ్రంథావళి (సాటికా) రామకిషోర్‌శర్మ పేజీ 161

జా కారణీ మై జాయీ థా సోయీ పాయీ ఠౌర్

సాయీ కిరణ్ ఆపణ్ భయా జాసూ కహతా ఔర్ (37)

కబీరంటారు దేనిని పొందడానికి నాకు ఈ జన్మ లభించిందో, నేను ఎప్పటి నుండి వెతుకుతున్నానో అది నా దేహంలోనే నాకు లభించింది. అతడి నివాస స్థానాన్ని నాలోనే పొందాను. నేనింతవరకు దేనినైతే వేరుగా అనుకున్నానో అతడు నావాడయ్యాడు. నేను ఆత్మరూపుడనయ్యాను.

పై వచనాలలో భక్తి సాధన మూడు స్థితులలో కనపడుతుంది. ఈశ్వరుడిని వేరుగా చూసి బయటి ప్రపంచంలో వెతికే ప్రయత్నం మొదటి స్థితి. అతడు ఈ దేహంలోనే ఉన్నాడన్న విశ్వాసం కలగడం రెండవ స్థితి. ఆత్మరూపంలో పరమాత్మను తెలుసుకోవడం మూడవ స్థితి.

తుఝ్యా దేవ్ తుఝా పశీ పరీ జాగా చుక్‌లాషీ

॥ తుకారామ్ మహారాజ్ ॥

నీ దేవుడు నీలోనే ఉన్నాడు బయట ఎందుకు వెతుకుతున్నావని తుకారామ్ మహారాజ్ ఎంత చక్కగా చెప్పారు. మీ దేవుడు ప్రాణశక్తి రూపంలో, ఆత్మశక్తి రూపంలో, సోహం రూపంలో దాగి వున్నాడని తెలుసుకోండి. తల్లి, తండ్రీ, అన్న, అక్క, చెల్లి ఇలా అందరి సేవ చేయండి. అందరిలో ఉన్నది అతడేయని సర్వజగమంతా దేవుడి రూపాలని తెలుసుకోండి.

పూర్వం ఋషులు మునులు ధ్యానసాధన ద్వారానే ఆత్మజ్ఞానాన్ని పొందారు. ఆత్మ సుఖాన్ని పొందారు. అందరికి పంచారు. పాపులలో పుణ్యాత్ములలో కూడ ఇదే ఆత్మశక్తి దాగి వుంది. పాపులకు శిక్ష తప్పదు. విభేధాలు సృష్టించుకొని రక్తపాతంగావిస్తున్నారు. కాని సత్యమేమిటో గ్రహించలేకపోతున్నారు. పురోభివృద్ధి జరగాలంటే ఆధ్యాత్మిక చింతన ఎంతో అవసరం. ఇంత మందికి రకరకాల దేవుల్లున్నపుడు పంచభూతాలను సైతం ఎవరికి వారు పంచుకోవాలి కదా! గాలిని పంచుకోండి. నీటిని పంచుకోండి. పంచభూతాలకు భేదాలు సృష్టించండి అపుడర్థమవుతుంది నిజమేమిటో.

మందిరాత్ నాహీ దిసలా సావళా మురారి

మాగే ఫిరలో యా ఝోపిడీత్ సిర్‌లో

భావం : మందిరములోన కనిపించలేదు మురారి (నీలి మేఘశ్యాముడు) అంతరంగములోనికి తొంగి చూసాను ఈ దేహమందిరములో అతడిని దర్శించాను.

"సంత్‌చా మేళాలా ప్రభూ దిసలా" అన్నారు మహాత్ములు. మహాత్ముల, సద్గురువుల సాంగత్యంలోనే, వారి మార్గదర్శకంలోనే ఆత్మ(దేవుడి) దర్శనం పొందవచ్చని మహాత్ముల వాక్యార్థం. ప్రేమధనాన్ని మనం వారి దగ్గర పొందవచ్చు.

"జ్యోతిసే జ్యోత్ జగాతే చలో ప్రేమకీ గంగా బహాతే చలో"

ప్రేమను పంచగలిగితేనే మనము ప్రేమను పొందగలుగుతాము.

చిన్న చీమను చూడండి ఎంత దూరంలో వున్న తీపిని ఎలా గుర్తుపడుతుంది. దాని ముక్కు ఎంత ఉంటుంది వాసన పసిగట్టడానికి. మిగతా అన్ని చీమలకు సంకేతమిస్తుంది ఆహారముందని. వాటిలో కూడ ఆత్మ వుంది కనుక అన్నింటికి ప్రేమను పంచుతూ వాటిని పిలుచుకుంటుంది.

కానీ మనిషి...

Phulaji baba with her wife Drupada Bai

9. ఈనాటి మనిషి

ఈనాడు మనిషి మనిషిలా బ్రతకడం లేదు. మానవత్వాన్ని మరిచిపోయాడు. నీతి నిజాయితీలను మంటగలిపాడు. బంధుత్వాలను, బాంధవ్యాలను తెంచుకొన్నాడు. కారణం డబ్బు. డబ్బు పిచ్చిపట్టింది. డబ్బు కొత్తగా వచ్చింది కాదు. ఎప్పటి నుండో వస్తున్నది కాని ఆనాడు మనిషి సరిపడే డబ్బుతో తృప్తిపడేవాడు. శాంతిగా బ్రతికారు. ఉన్నంతలో ఇతరులకు సహాయం చేసేవారు. ఒకరి సుఖం ఒకరు కోరుకునేవారు. ఈనాటి మనిషి అది మరిచి డబ్బే ప్రధానంగా భావించి, డబ్బుతో ఏదైనా కొనవచ్చుననే ధీమాతో వున్నాడు. కాని ఒక్కటి మరిచిపోయాడు డబ్బుతో ప్రేమను కొనలేడని, శాంతిని కొనలేడు. బంధాలను కొనలేడు. ఏదో ఒక రోజు తెలియక పోదు డబ్బు కాదు ముఖ్యం ప్రేమ, శాంతియె ప్రధానమని.

శాంతి లేని సంపదను ఏం చేసుకుంటారు? కడిగి తాగుతారా? డబ్బు మూటలు కట్టుకొని ఎదురుగా పెట్టుకున్నంత మాత్రాన శాంతి నిండుతుందా? లేదు కదా! డబ్బు (లక్ష్మి) వెంబడి పరుగెత్తకండి, సత్యానికి (విష్ణువు) తలవంచి సత్యవచన పాలన చేయండి, సంపద మీ వెన్నంటి ఉంటుంది. నీతి, నిజాయితీ, మానవత్వం మన ధర్మం. సంపద వ్యామోహంలో పడి మనిషి రాక్షసుడిలా మారిపోయాడు. మనిషి నుండి మనిషిని కాపాడుకోవాల్సి వస్తుంది. జంతువులను కాపాడవలసిన మనిషి భక్షకుడై పోయాడు. మనిషిని మనిషే హత్యలు చేస్తున్నాడు.

గాంధీజీ చూపిన బాటలో నడవాలిగాని ఆయన విగ్రహాన్ని పూజించినంత మాత్రాన ఏం లాభం. గీతను చేతబూని అహింస మానవ ధర్మమని, మానవ సేవ చేయమని చెప్పారు. వారు చెప్పిన బాటలో నడిచినపుడే కదా వారికి మనం గౌరవం ఇచ్చినట్లు. మనిషి జ్ఞానం, విజ్ఞానంలో ఎంతో ఎత్తుకు ఎదిగాడు, ఎన్నో సాధిస్తున్నాడు కాని మాయలోన చిక్కుకొని స్వార్థంలో కూరుకుపోయాడు. పశుపక్ష్యాదులకు, జంతువులన్నింటికి కూడ మనవలె పిల్లలు మాయ అన్ని ఉన్నాయి. అయిన అవి కలిసి ఉంటున్నాయి. ఒకదానికి మరొకటి సహాయం చేసుకుంటున్నాయి. భూమిలోన చీమలు, చిన్నచిన్న కీటకాలన్నీ వేల సంఖ్యలో ఒక గూటిలోన కలిసి దాగి వుంటాయి. ఒక చీమకు ఎక్కడైన చక్కెర వస్తువు కనపడిందంటే కొన్ని వందల చీమలకు సందేశమందించి ఒక వరుస క్రమంలో వచ్చి ఆహారాన్ని కలిసి తీసుకెళ్తాయి.

కాని మనిషి స్వార్థపూరితుడై నాది నాది అనే భావనలో పడి తనని తాను మరిచిపోయి రాక్షసుడై ఒక్కడుగా మిగిలిపోతున్నాడు. బంధాలను తెంచుకుంటున్నాడు. మాధవుడిగా మారాల్సిన మనిషి దానవుడిగా మారిపోతున్నాడు. ప్రతిప్రాణి ప్రకృతి నియమానుసారంగా నడుస్తుంటే మనిషి మాత్రం దానికి విరుద్ధంగా నడుస్తూ సంస్కృతిని మరిచిపోతున్నాడు.

కొందరు సంసారంలో సుఖాన్ని వెతుకుతున్నారు. మరికొందరు భార్యాపిల్లలతో సుఖముందని అనుకుంటున్నారు. ఇలా ఎవరికి వారు తోచిన విధంగా సుఖాన్ని వెతుక్కుంటున్నారు. కానీ ఇవన్నీ అశాశ్వత సుఖాలని తెలుసుకోలేక పోతున్నాడు. సంసారంలో వుంటూ కూడ శాశ్వత సుఖాన్ని పొందవచ్చని మహాత్ములు ఏనాటినుండో చెబుతున్నారు. మనలో ఆత్మ వుంది కనుకే ఇవన్నీ చేయగలుగుతున్నాము. ఆత్మను మరిచి బయటి ప్రపంచంలో సుఖాన్ని వెతుకుతున్నాం.

అసలు సుఖమెక్కడుంది? దానిని ఎలా పొందాలి? మనం దేనిని అతిగా ప్రేమించాలి? మన ప్రియమైన వస్తువేది? ఇలా ప్రతి

ఒకరికి సందేహాలు రావచ్చు. ఇలాగే ఒక రాజుకు సందేహమొచ్చింది. తన సందేహ నివృత్తి కోసం నగరంలో దండోరా వేయించాడు. ఏది ప్రియమైనది? ప్రేమమయమైనది? దీనికి సమాధానం చెప్పినవారికి మంచి బహుమానము వుంటుందని. ఒక్కొక్కరు ఒక్కోరకంగా సమాధానం చెప్పారు. చివరకు రాజు అత్యంత ప్రియమైనది సంసారం, భార్యాపిల్లలు అని చెప్పాడు. అందుకు అందరు చప్పట్లు కొట్టి హర్షధ్వానాలు చేసారు. కాని ప్రధానమంత్రి మౌనంగా ఉండటం చూసి మీరెందుకు మౌనంగా వున్నారని అనగానే నిజమైన ప్రేమ ఆత్మలోనే వుంది, మనం అతిగా ప్రేమించేది మన "ప్రాణాన్ని". ప్రాణం కంటే తీయనిదీ, ప్రియమైనది మరొకటి ఈ ప్రపంచంలో లేదు అని చెబుతాడు మంత్రి. దీనికి ఋజువేమిటి అని అడిగాడు రాజు. దీనికి సమాధానం ఒక నెల రోజుల తరువాత చెబుతానని అంటాడు మంత్రి.

ఆ నెల రోజులలో ఒక పెద్ద నీళ్లతొట్టి కట్టించాడు. తొట్టి నాలుగు వైపుల అద్దాలను బిగించారు. ఎందుకంటే లోపలిది బయట చూసేవారందరికి కనపడాలని. ఒక నెల తరువాత అందరిని సమావేశపరిచారు. ఒక కోతిని, కోతి పిల్లను తెప్పించాడు. తొట్టిలోకి కోతిని, పిల్లను వదిలి లోపలికి నీళ్లను వదిలారు. కొంచం కొంచం నీళ్లు నిండటంతో తల్లి కోతి పిల్లను చంకలోకి తీసుకుంది. భుజాలవరకు నీళ్లు నిండడంతో పిల్లను తలపైకి ఎక్కించుకుంది. అలా నీళ్లు నిండుతూ ముక్కుదాటి కళ్లవరకు వచ్చేసరికి శ్వాస ఆడక అటూ ఇటూ కొట్టుకుంటూ తలపై ఉన్న పిల్లను కిందపడేసి తన ప్రాణం దక్కించుకునే ప్రయత్నం చేసింది.

అలా క్రింద వున్న కోతిపిల్లపై నిలబడి తల్లికోతి తన ప్రాణాన్ని దక్కించుకొనే ప్రయత్నాన్ని మంత్రి రాజుకు మిగతా ప్రజలకు చూపెడుతూ "చూశారా ఇంతవరకు తన పిల్లను దక్కించుకొన్న కోతి తన ప్రాణం కొరకు పిల్లను సైతం వదిలించుకుంటుంది. (ఇది ఒక కథ మాత్రమే)

దీనర్థం తాను అతిగా ప్రేమించే ప్రాణమే తనకు ముఖ్యమని పిల్లను కూడ లెక్కచేయలేదు ఆ కోతి. అనగా నిజమైన ప్రేమ తనపైనే గాని ఇతరులపై కాదు.

ఈ కథలోని నీతిని తెలుసుకునే ప్రయత్నం చేయాలి అంతేకాని సంసారం పిల్లలపై ప్రేమ ఉండకూడదనే నా ఉద్దేశ్యం కాదు. ఆత్మ వుందనే కదా మనమున్నాము. అందుకే మనల్ని మనం ప్రేమిస్తూ మనవారినందరిని ప్రేమించాలి. శాశ్వత సుఖాన్ని మనలోనే వెతికే ప్రయత్నం చేయాలి. ఈ మాయలోన శాశ్వత సుఖము లేదు అంతా దుఃఖమే, ఆత్మ సమాధానామే నిజమైనది.

మీ వెంట ఎవ్వరిని తీసుకురాలేదు. ఈ శరీరాన్ని తీసుకొచ్చాము. దీనికి సంబంధించి పరివారమేర్పడింది. దీనిని ఇక్కడే వదిలి వెళ్లాల్సిందే. వెంటరాని వారి గురించి ఆశ ఎందుకు? నా భార్య, నా బిడ్డ, నా కొడుకు, నా భర్త, నా తండ్రి, నా తల్లి ఇత్యాది బంధాలన్నీ నీ గమ్యానికి బంధనాలు. వాటిని నిర్వర్తిస్తూ మిమ్మల్ని మీరు తెలుసుకోండి. మీ వెంట వచ్చే మంచిని సంపాదించండి. సంసారంలో వుంటూ పరమార్థాన్ని సంపాదించండి. మిమ్మల్ని మీరు తెలుసుకోవడం, అంటే స్వస్వరూపమును తెలుసుకోవడమే, ప్రేమను పంచడం. అది మరిచి స్వార్థపు మాయను వలయంగా చుట్టుకొని మిమ్మల్ని మీరు మరిచిపోయారు. శాంతి సుఖం ఎక్కడో వెతికితే దొరికేది కాదు. దానిని మీలోనే పొందే ప్రయత్నం చేయండి.

కాగితములోన ఇన్ని ఎకరాల స్థలం వుందని నమూన (నక్ష) చూపించవచ్చు. భూమిని చదరపు కొలతలలో చూపవచ్చు. చూపిన భూమిలోన (కాగితముపై) పంట పండించ వీలు కాదు కదా!

అలాగే వేదాల జ్ఞానాన్ని చదువవచ్చు కాని జ్ఞానాన్ని చూపించరాదు. అది చూడాలంటే ఈ శరీరమనే భూమిలోన అనుభవమనే విత్తనాల ద్వారా పంటలు పండించి ఫలితాన్ని ధ్యానమార్గం ద్వారా (జ్ఞానం)

పొందవచ్చు. నమూనా పత్రంలో నక్షా చూపించినట్లుగా పుస్తకాలలో జ్ఞానం దాగి వుంది. దానిని అనుభవం ద్వారా పొందవచ్చు.

మనిషి తలచుకుంటే ఏదైన సాధించగలడు. సృష్టిని అరచేతిలో చూడగలడు. కాని స్వార్థపూరిత అహంకారంతో విర్రవీగి ప్రకృతికి విరుద్ధంగా నడిచి తన పతనానికి తానే దారి వేసుకుంటున్నాడు. అధర్మం చేస్తూ పాపాలను మూటకట్టుకుంటున్నాడు.

పూర్వం రాజులు తమ సంతానాన్ని జ్ఞానసముపార్జన కొరకు అడవులలోని గురు ఆశ్రమాలకు పంపించేవారు. ఈనాడు ఆ ఆధ్యాత్మిక జ్ఞానాన్ని నేర్పించేవారు లేరు. ఆనాడు ఆధ్యాత్మిక జ్ఞానాన్ని ఆశించారు కాని సంపదను కాదు. కాని అది ఇపుడు జరగడం లేదు. ఆధ్యాత్మికతను మరిచి సంపద వెంబడి పరుగులు తీస్తున్నారు. జ్ఞాన ధనమే తరతరాలు నిలిచి వుండే సంపద డబ్బు అశాశ్వతమైనది.

మజ మానూస్ ద్యా మజ మానుస్ ద్యా

మిళితీల్ బహు కుత్రే, మాంజరే, అణీ డుకరే

పణ్ మానుస్ హెూవె భలా..... ॥ తుక్‌డోజీ మహారాజ్ ॥

భావం: “ఈ జ్ఞానాన్ని పొందాలనే కోరిక కలిగిన వారు ఒక్కరు నాకు లభించలేదు” అని తుక్‌డోజీ మహారాజ్ అనేవారు.

పాపం చేయడం చాలా సులభం ఎటువంటి ఖర్చు ఉండదు. అదే పుణ్యం చేయాలంటే ఎంతో కష్టపడాల్సి వస్తుంది. కష్టానికి దుఃఖముంటుంది కాని ఆ తరువాత సుఖముంటుంది. అదే పాపం చేసినపుడు ఏమి అనిపించకపోయిన తరువాత శిక్ష అనుభవించాల్సి వస్తుంది. ఏది చేయాలన్న మనిషి చేతిలోనే వుంది.

నిజాయితీగా నడిచేవారికి అన్నీ కష్టాలే ఎదురవుతాయి. చివరకు వారే విజయం సాధిస్తారు. అందుకే “సబర్ కా ఫల్ మీఠాహెూతాహై” అంటారు పెద్దలు. మనం చేసే ప్రతి పనిని, మంచి చెడులను ఆత్మ చిత్రగుప్తుడి రూపంలో వ్రాసి వుంచుతుంది. వీడియోలో ఏవిధంగా

రికార్డు చేస్తారో అదే విధంగా ఆత్మ పాప పుణ్యాలను రికార్డు చేసి వుంచుతుంది.

ఉద్యోగం చేస్తున్నపుడు 30 రోజులు పనిచేస్తే పూర్తి జీతం ఇస్తారు. 15 రోజులు పనిచేసి నెల రోజుల జీతం అడిగితే ఇస్తారా? లేదు కదా! అలాగే ఆ దేవుడి న్యాయస్థానంలో కూడ తీర్పు ఉంటుంది. ఎవరికి వారు కర్మానుసారంగా ఫలితాన్ని అనుభవించాల్సి వస్తుంది. ఒకరిలో భక్తి, ఒకరిలో ప్రేమ, ఒకరిలో ద్వేషం, మరొకరిలో ఈర్ష్య ఇలా వారి వారి కర్మల ద్వారా వారికి ఫలితముంటుంది.

మనిషికి ప్రపంచంలో అన్నీ అవసరమే. ఉపయోగించే పద్ధతి సరిగ్గా లేనందున, అది పనికిరాదు, ఇది పనికిరాదు అని అంటుంటారు. ప్రకృతిలో కాలం మారినట్లే, ఋతువులు మారుతున్నట్లే మనిషి జీవితంలో మార్పులు జరగడం సహజం. సుఖాలు, దుఃఖాలు రావడము సహజమే. వాటిని ఎదుర్కొని నడుచుకోవడమే మనిషి పని. బాల్యదశ, యవ్వనము, వృద్ధాప్యము రావడం ప్రకృతి నియమము. వీటి ద్వారా పాఠాలు నేర్చుకోవాలి.

ప్రకృతి మనకు గురువు. ప్రకృతి నుండి నేర్చుకునే పాఠాలు ఎన్నో ఉన్నాయి. భూమిలో పెరిగే గడ్డలు, కందమూలాలు కొన్ని, చెట్లకు కాసే కాయలు, ఫలాలు కొన్ని, మరికొన్ని రకాలు మొక్కజొన్న, జొన్న కంకుల వంటివి ఇలా రకరకాల విత్తనాలు మనకు కనిపిస్తాయి. కంటికి కనిపించక పెరిగేవి కొన్నయితే, కనపడుతూ పెరిగేవి మరికొన్ని. కనపడుతూ కూడ కనపడనట్లు పెరిగేవి మరికొన్ని. ప్రతి రోజు మనం చూస్తునే వున్నాము. మొక్కజొన్న కంకిపై ఎన్నో వరుసలుగా పొట్టు ఆవరించి ఉంటుంది. దాని లోపల మెరిసే విత్తనాలు వరుసగా అమరి ఉంటాయి. పై పొట్టు తీస్తే గాని ఆ విత్తనాలు మనకు కనపడవు. అలాగే మన జీవితంలో కలిగే దుఃఖాలను సహించి వాటిని ఎదుర్కొని ముందుకు నడవగలిగితే జీవితం సుఖమయమవుతుంది. అపుడే అమృతమయ జీవితాన్ని ఆస్వాదించగలుగుతారు.

బి. ఉషారాణి (B. Usha Rani)

జీవితంలో ఎదురుదెబ్బలు తగులుతూనే ఉంటాయి. వాటిని ఎదిరించి ముందుకు నడవాలి భయపడి వెనుకడుగు వేయకూడదు. ప్రతిరోజు ప్రతి ఒకరి నుండి నేర్చుకునే పాఠాలు ఎన్నో వుంటాయి. వాటిలో మంచి చెడులుంటాయి. మంచిని మాత్రం తీసుకొని చెడును వదలాలి. ప్రతి విషయం ఒక పాఠం కావాలి, గుణపాఠం నేర్చుకోవాలి. అంతేకాని ఇదంతా నా తలరాతని, ఇదంతా నా అదృష్టంలో ఉంది కావచ్చని తలపట్టుకొని కూర్చోవడం కంటే తప్పులు సరిదిద్దుకోవడం ఎంతో మేలు. తెలిసి తప్పులు చేయడం శిక్షలు అనుభవించడం కాదు మనం చేసేది. పాపాలు చేసి దేవుడి ముందు కూర్చొని క్షమించమని అడిగినంత మాత్రాన పాపాలు తొలగిపోవు. దక్షిణాలు సమర్పించినంత మాత్రాన పాపం పోదు. ఉలకని పలకని దేవుడు ఏమి చేయడు.

రాయిని దేవుడిగా మార్చి, ప్రాణమున్న మనిషి బండరాయిగా మారిపోయాడు. కళ్ళముందున్న వాస్తవాన్ని గ్రహించలేకపోతున్నాడు. ఒక వ్యక్తి చనిపోయినపుడు అతడి శరీరం మనముందే వుంది కాని అందులోని ఆత్మ (ప్రాణం-జీవం) వెళ్ళిపోయింది. అది ఎలా వుందో, ఎలా వెళ్ళిపోయిందో ఎవ్వరికి తెలియదు. దేహంలో ప్రాణం ఉన్నంతవరకే మనిషిగా గుర్తిస్తారు. అదే ప్రాణం (ఆత్మ) వెళ్ళిపోతే శవమయ్యాడని తీసుకెళతారు. ఇదంతా మన కళ్ళ ముందు జరుగుతున్న ప్రాణానికి విలువనియ్యక బండరాయికి విలువిచ్చి దేవుడని కొలుస్తున్నారు. మనలోని చైతన్యశక్తి, ప్రాణం, ఆత్మయె విశ్వశక్తియని సృష్టి స్థితి లయాలకు మూలకారణమని, పంచభూతాత్మక శరీరం, శరీరాన్ని నడిపించే ఆత్మయె భగవంతుడని తెలుసుకున్న రోజున ప్రతి ఒకరు స్వస్వరూపాన్ని అర్థం చేసుకోగలుగుతారు. తనలో దైవీశక్తి వుంది కనుకనే గొప్పవాడు కాగలిగాడు మనిషి. ధాతువులన్నీ ఒకదానికొకటి అంటి వున్నపుడే విద్యుత్తీగలలో విద్యుశ్శక్తి వుంటుంది. అదేవిధంగా పంచతత్వాల ఈ దేహంలో ఆత్మశక్తి దాగి వుంది కనుకనే చైతన్యముంటుంది శరీరానికి. లేకపోతే అది శవమే కదా!.

ప్రకృతికి అనుగుణంగా జీవజంతువులకు అన్నీ సమకూర్చి వుంచాడు భగవంతుడు. ఎండాకాలంలో కొన్ని చెట్లు ఎండిపోతే మరికొన్ని చిగురిస్తాయి. నీటిలో జీవించే ప్రాణులు భూమిపై బ్రతకలేవు. భూ చరాలు నీటిలో జీవించలేవు. ఇదంతా ప్రకృతి నియమం. అందుకే చరాచరములన్నీ వాటి వాటి నియమానుసారంగా నడుచుకుంటున్నాయి. కాని మనిషి మాత్రం ప్రకృతికి విరుద్ధంగా నడుస్తున్నాడు.

పూర్వం మహాత్ములున్న చోటికి వెళ్లడం, ఒకటి రెండు రోజులు వారి వద్దే గడిపేవారు. వారు నిలిచిన స్థలం పవిత్రమై వుంటుంది కనుక అక్కడ వారి దర్శనం వల్ల పాపాలు దూరమవుతాయని నమ్మేవారు. అందుకే తీర్థస్థానాలు ఏర్పడినాయి. కాని వాటిని ఈనాడు వ్యాపార స్థానాలుగా మార్చి పవిత్రతను మంటగలిపారు. ఆశ మనిషిని మనిషి నుండి దూరం చేస్తుంది. ప్రమాదంలోకి నెడుతోంది మానవత్వాన్ని మరిపిస్తుంది. అనుకున్నది జరగకపోతే చివరకు హత్య చేయడానికైనా సిద్ధపడతాడు. మనిషిలో రాక్షసత్వము పోనంత వరకు తనలోని దయాగుణాన్ని తెలుసుకోలేడు.

ఈ జ్ఞానాన్ని పొందడానికి ఏ జాతిలోకి, లేక ఇతర ధర్మాలలోకి వెళ్లాల్సిన అవసరం లేదు. మతమార్పిడి చేయాల్సిన అవసరం లేదు. సత్ప్రవర్తన, సత్యవచన పాలన, సద్గురు సాంగత్యం లోనే జ్ఞానాభివృద్ధిని పొందవచ్చు.

మనిషి తను సంపాదించిన డబ్బును బ్యాంకులో దాచుకుంటాడు లేక నిధులుగా దాచుకుంటాడు. ఇతర వస్తువులను దాచడానికి ఎన్నో రకాలుగా రహస్య గదులను తయారు చేసుకుంటాడు. అదే విధంగా విశ్వాన్ని ఈ శరీరమనే రహస్యగదిలో దాగి వుందన్న సత్యాన్ని మరిచిపోయాడు. నేను నాది అనే అభిమానంలో వుండి తనని తాను మరిచిపోయాడు.

నాగల్‌కొండ (మా ఊరి దగ్గర్లో) అనే ఊరిలో ఒక ముస్లీం అతను ఉండేవాడు. ఊరిలో ధనవంతులు వాళ్లు. పేదవాళ్లను

ఆయన హింసించేవాడు, బానిసలుగా చూసేవాడు. అందరిపై అత్యాచారం చేసేవాడు. చివరకు అందరి ఉసురు తగిలి అధోగతి పాలయ్యాడు. ఈనాడు వాళ్లింట్లో గుడ్లగూబలు రాజ్యమేలుతున్నాయి. (ఇది నేను ప్రత్యక్షంగా చూసిన కళ్లముందు జరిగిన సంఘటన). ఇటువంటి పరిస్థితిని ఎవ్వరూ తెచ్చుకోకూడదు అని అందరినీ కోరుకుంటున్నాను.

ఇతరుల తప్పులను ఎంచుతుంటారు కాని తనలోని తప్పులను చూడలేరు. ముందు ఆత్మ పరిశీలన చేసుకోవాలి. ఎందరో భార్యా విధేయులై తల్లిదండ్రులను మరిచి ఆవిడ తల్లితండ్రులైన అత్తమామలకు దాసోహమై స్వంత బంధుత్వాలను కాలరాస్తున్నారు.

"ఘరాత్ మత్, షెతాత్ ఖత్, జగాత్ పథ్" అన్నారు పెద్దలు.

ఇంట్లో నెరవు, పొలంలో ఎరువు, సమాజంలో పరువు కలిగి ఉండాలి.

అనగా యజమాని ఇంటిని సన్మార్గంలో నడిపించగలిగే సామర్థ్యం కలిగి ఉండాలి. పొలంలో సరియైన పద్ధతిలో ఎరువులు వేస్తూ కలుపు తీస్తే పంట సక్రమంగా పండుతుంది. అదే విధంగా సమాజంలో నలుగురితో కలిసి ఉంటూ పరువు నిలబెట్టగలిగితే అంతటా గౌరవం వుంటుంది కదా!

పూర్వం ఋషులు వందల సంవత్సరాలు జీవించేవారు. కాని ఈనాడు అలా జరగడం లేదు. మనిషి తన కర్మల ద్వారా తన ఆయుష్షును తానే తగ్గించుకుంటున్నాడు. దుష్కర్మలు చేస్తూ పాపాన్ని మూటకట్టుకుంటున్నాడు. భక్తిని మరిచిపోయి దుర్వసనాలకు లోనయి బతికుండగానే నరకాన్ని చూస్తున్నాడు.

వ్యవహార్ కళాలా నాహీజ్యాలా
పరమార్థ్ కశాచా త్యాలా ॥ **తుక్డోజీ మహారాజ్** ॥

భావం: వ్యవహారమంటే ఏమిటో తెలియని వారికి పరమార్థం గురించి ఏమర్థమవుతుంది.

జ్యాచే ఐహిక్ ధఢ్ నాహీ
త్యాచే పరతంత్ర పూససీ కాయ్ ॥ తుక్‌డోజీ మహారాజ్ ॥

భావం: తన గురించి తనకే తెలియని వాడు ఇతరుల గురించి ఏం చెబుతాడు. సంసారమంటే ఏమిటి? ఎలా నడిపించాలి? ఎలా వుండాలి? ఎలా నడుచుకోవాలి? ఇదంతా తెలిసిన తరువాత సమాజం గురించి ఆలోచించాలి.

చంచలమైన మనసుపై సంతోషమనే ఆభరణాన్ని ధరించిన మనిషికి ఈర్ష్యాద్వేషాలు, కపటాదులు అడ్డంకి కావు. సంతోషం, ఆనందం, సమాధానమును మనసులో నిలిపినవాడు భాగ్యవంతుడు.

మరి అలా కావాలంటే మనమేం చేయాలి? శ్రద్ధా విశ్వాసాలతో భక్తి అనే మార్గంలో నడుచుకుంటే ఆత్మ సుఖాన్ని శాంతిని పొందవచ్చు.

మరి భక్తి అంటే ....

నేను మరణించవచ్చు
"నా" ధ్యానం
మరణించవచ్చు
కానీ "నా"
జ్ఞానం ఎన్నటికీ మరణించదు
Viswasanth
Sahaj yogi Sadhguru
PHULAJIBABA

10. భక్తి

మనలో వుండి మనల్ని నడిపించే ఆత్మదేవుడికి (చైతన్యశక్తి) మనసు పుష్పాలను సమర్పించడం, మనల్ని మనం అర్పించుకోవడం నిజమైన భక్తి. అదే ఆ దేవుడి ఆరాధన, అదే ప్రార్థన, అదే ధ్యానం. అదే అసలైన పూజ. ఒక గంట సమయాన్ని ఆ దేవుడి ముందు గడుపుతున్నామంటే మనసును అతడి ముందు నిలపడానికి, మానసిక ఉల్లాసానికి, ఇంద్రియాలు అటు ఇటు పరుగెత్తకుండ వుండటానికి ధూప దీప, నైవేద్య, అలంకారాలు తప్ప నిజమైన భక్తి కాదు.

అహింసా ప్రథమం పుష్పం, పుష్పమింద్రియ నిగ్రహః

సర్వ భూతదయా పుష్ప క్షమా పుష్పం విశేషతః

శాన్తి పుష్పం, తపఃపుష్పం, ధ్యాన పుష్పం తదైవచ

సత్యమిష్ట విధం విష్ణో ప్రీతికరమ్ భవేత్   (గీత. 12 అ)

అహింసా, ఇంద్రియ నిగ్రహం, భూతదయ, క్షమ, శాంతి, తపస్సు, ధ్యానం, సత్యం అను ఎనిమిది పుష్పములు విష్ణుభగవానునికి చాలా ప్రీతికరమైనవి. బాహ్య పుష్పములతో పాటు ఈ సద్గుణ రూప మనఃపుష్పములతో ఆరాధించుట శ్రేయోదాయకం.

మన దేహాన్ని నడిపించే ఆత్మనే విష్ణు భగవానుడని అన్నారు. బాహ్య పూజ కాక అంతరంగ పూజ అనగా ధ్యానం చేయడమే నిజమైన పూజ.

దేవుడి ముందు కూర్చొని మనసును అక్కడ నిలపాలని ఎంతో ప్రయత్నం చేస్తాము. కళ్లు అటు ఇటు చూడకుండ ఒక దగ్గర నిలువడానికి ఎదురుగా వున్న దేవుడిని శుభ్రం చేసి అందంగా అలంకరించి దృష్టిని మళ్లించకుండ వుండడానికి చేసే ప్రయత్నమే అలంకరణ. సువాసన భరితమైన చక్కటి పుష్పాలతో, సుగంధ ద్రవ్యాలను సమర్పించడం ముక్కు బయటి వాసనల వైపు వెళ్లకుండ అతడివైపు వుండేట్లు చేయడానికే. చెవులకింపయినా వాయిద్యాల ద్వారా మన ఇంద్రియాలను ఒక దగ్గర కూర్చోబెట్టి బాహ్య శబ్దాలను వినకుండా చేయడానికే. మన చుట్టూ వాతావరణం సుగంధ భరితం కావాలని ధూపమివ్వడం జరుగుతుంది.

దీపాన్ని శుభ్రపరిచి, తడిలేకుండ చేసి నూనె పోసి వత్తి చక్కగా తయారుచేసి నూనె పూర్తిగా తగిలేట్లుగా వుంచి ఆ తరువాత దానిని వెలిగిస్తాం. ఒక దీపాన్ని వెలిగించడానికి ఇన్ని చేయాల్సి వస్తుంది. అలాగే మనసు దీపాన్ని వెలిగించాలంటే మనలోని మలినాన్ని (రాగ, ద్వేష, కపట, ఈర్ష్యాది) ముందు జ్ఞానమనే నీటి ద్వారా కడగాలి. ఆ తరువాత వాటి ఆనవాళ్లు కూడ వుండకూడదని దీపాన్ని తుడిచినట్లుగా మనసును తుడవాలి. వత్తిని నూనెలో ముంచినట్లు మనసుకు ఎటువంటి ఆటంకం రాకుండా శ్వాస ఉచ్ఛ్వాసలు సాఫీగా సాగేట్లు చేసి మనసును ధ్యానమనే అగ్నితో వెలిగించాలి. అపుడే మన ఇంద్రియాలన్నీ ఎటువంటి కర్మలు చేయక నిలకడగా ఉంటాయి.

నైవేద్యం: నైవేద్యం పెట్టడంలో ఎంతో అర్థముంది. భక్తి శ్రద్ధలతో శుచి శుభ్రతతో దేవుడి కొరకు ప్రసాదాన్ని తయారుచేస్తారు. భక్తి భావంతో అతడి ముందుంచి కళ్లు మూసుకుంటారు. కళ్ల ముందున్న దేవుడు ఎలాగూ తినడని తెలుసు. అయిన అతడికే సమర్పిస్తున్నట్లు కళ్లు మూసుకొని ప్రార్థిస్తారు. తరువాత అదే ప్రసాదాన్ని అందరికి పంచుతారు. ఎందుకు? మనలాంటి వాళ్లే మన చుట్టూ వున్న (దేవుళ్లకు) మనుషులకే ప్రసాదాన్ని పంచుతూ సంతోషాన్ని వ్యక్తం

చేస్తారు. ఆ దేవుడికే ఇచ్చినంత ఆనందాన్ని పొందుతారు మనసులో. ప్రసాదమివ్వడమంటే మన ప్రేమను ఇతరులకు పంచి వారి ప్రేమను పొందడం.

ఆ దేవుడి ముందు నిలబడి రెండు కళ్ళు మూసుకొని మనసులోనే అతడిని ప్రార్థిస్తాం. మనసులోనే అతడికి బాధలను గాని, కోరికలను గాని, విన్నపాలను గాని విన్నవించుకుంటారు. కాని ఎదురుగా వున్న దేవుడిని చూస్తూ పైకి చెపితే కదా ఆ దేవుడు (విగ్రహం) వింటాడు. అలా ఎందుకు చేయడం లేదు? ఎందుకంటే మన కళ్ళకు తెలుసు ఎదురుగా కనపడే దేవుడు చూడడు లోపలి దేవుడు (ఆత్మ) చూస్తాడని. మనసుకు తెలుసు మన విన్నపాలు ఆ దేవుడు వినడు లోపలి దేవుడు వింటాడని, చేతులు నమస్కరించినపుడు చేతి బొటన వేళ్ల కూడ మననైపై చూపెడతాయి దేవుడు నీలోనే వున్నాడని.

ఇవన్నీ తెలిసి చేస్తున్న కూడ మనకర్థం కావడం లేదు. మనం పూజించే (విగ్రహం) దేవుడు జడ వస్తువు మాత్రమే. మనలాంటి మనుషులే అతడి రూపాలని, మన దృష్టి విగ్రహాన్ని చూసినంత ప్రేమగా మన చుట్టూ వున్న మనుషులను చూడలేకపోతున్నారు. కారణం మనసులో నాటుకుపోయిన ప్రతిమయే దేవుడు కాని మనుషులు కాదన్న భావన.

శ్రద్ధ భక్తి విశ్వాసాలతో, ప్రేమ భావంతో చేసే ఏ పనియైన పూజయే. అదే నిజమైన భక్తి. నీతి నిజాయితీగా నడుస్తూ సత్య వచన పాలన చేయడమే భక్తి.

ఆత్మ దేవుడు లేనిది ఎవరిపూజ చేస్తారు. ఏ దేవుడి భక్తి చేస్తారు. అందుకే మిమ్మల్ని నడిపించే దేవుడి గురించి తెలుసుకునే ప్రయత్నం చేయండి.

మనసును మనసులో ప్రార్థించు
మనసును మనసులో స్థాపించు
మనసును మనసులో ధ్యానించు

ఆ మనసే నీ ఆత్మయని అతడే సదాశివుడని పార్వతీదేవికి ఉపదేశించాడు శంకరుడు. రావణాసురుడికిచ్చిన ఆత్మదర్శనాన్నే ఆత్మలింగంగా పురాణాలు చెబుతున్నాయి. ఆత్మ సాక్షాత్కారం గావించి నిత్యం ధ్యానం చేయమని ఆత్మను మరువకూడదని చెప్పాడు శివుడు రావణాసురుడికి. కాని ఆత్మ లింగమును బాహ్యంగా చూపించి మనలోని ఆత్మదేవుడిని మరిపించారు. స్థిరంగా కూర్చొని మనసును ఏకాగ్రం చేసి నిన్ను నీవు నీలోనే దర్శించడం ధ్యానం. అదే భక్తి.

"రవిదాస్ రాహతా హెూతా తీన్ కోసావరి
నాహీకేలీ పండరీచీ వారీ"

భావం : పండరికి మూడు కోసుల దూరంలో వుండి ఒక్కసారి కూడ పండరియాత్ర చేయలేదు రవిదాస్ మహారాజ్.

కానీ తల్లిదండ్రుల సేవ చేస్తూ విఠలుడి (ఆత్మ) దర్శనం పొందాడు. ఆత్మదర్శనం కావాలంటే తీర్థాలకే వెళ్లాల్సిన అవసరం లేదు. ఎటువంటి ఖర్చు చేయాల్సిన అవసరం లేదు. నీలోనే దాగివున్న విఠలున్ని ధ్యానం ద్వారా దర్శించవచ్చు.

దేశ్‌ఢూంఢా, దునియా ఢూంఢా, భగవాన్ కా పతా నహీలగా అన్నారు తుక్‌డోజీ మహారాజ్.

దేశాలు తిరిగాను, ప్రపంచమంతా వెతికాను భగవంతుడు నాకు ఎక్కడా కానరాలేదు. అతడు మన అంతరంగంలోనే దాగి వున్నాడు.

"తుజా దేవ్ తుజ్యా పషీ పరీ జాగా చుక్‌లాసీ"

చంకలో పిల్లాడిని పెట్టుకొని ఊరంతా వెతికినట్లుంది మన పరిస్థితి నీ దేవుడు నీలోనే వున్నాడు. అది మరిచి బయటి ఎందుకు వెతుకుతున్నారని తుకారామ్ మహారాజ్ పై వాక్యంలో చెప్పారు.

మనలోని శాంతి (సీతను) క్రోధమనే (అహంకారం) రావణుడు ఎత్తుకెళ్లాడు. అహంకారాన్ని వదిలి శ్వాస అనే హనుమంతుడి సహాయంతో ధ్యానం ద్వారా చేజిక్కించుకొని శరీరమనే లంకను ఆనందమనే విభీషణుడికి అప్పగిస్తే ఆత్మరాముడు సంతోషిస్తాడు.

నా మాటలలోని భావాన్ని అర్థం చేసుకోగలిగితే ఈ జ్ఞానం మీకు అర్థమవుతుంది.

మనిషి పుట్టినపుడు ఏడుస్తాడు. వెళ్లేటపుడు సంతోషంగా వెళతాడు. ఎందుకంటే ఈ మాయలోకి వచ్చానని ఏడుస్తాడు. మాయ నుండి ముక్తి లభించిందని సంతోషపడతాడు. ఈ మాయ శాశ్వతమనే భ్రమలో ఉండకండి. మనుషులుగా ఉండి పశువులుగా బ్రతుకుతున్నారు. జంతువులకు మాయ ఉంది పిల్లలను పోషిస్తున్నాయి. వాటికి ఇల్లు లేదు అయినా బ్రతుకుతున్నాయి. కానీ మనిషి ఇంకా ఏదో కావాలనే ఆశతో తన కర్తవ్యాన్ని మరిచిపోయాడు. నా యిల్లు నా పిల్లలు నా సంసారమంటూ అదే ప్రపంచమని భ్రమలో ఉండి పోయాడు. సంసారంలో ఉంటూ పరమార్థాన్ని సాధించుకోవాలి అదే మనిషి కర్తవ్యం. అదే మనిషికి జంతువులకు ఉన్న వ్యత్యాసం.

అందుకే కబీర్‌దాస్ అంటారు.

హమారే తీరత్ కౌన్ కరే

మన్ మే కాశీ, మన్ మే గంగా, మన్ మే స్నాన్ కరే ।
మన్ మే ఆసన్, మన్ మే కడాసన్, మన్ మే ధునీ జరే ।
మన్ మే ముద్రా, మన్ మే మాలా, మన్ మే ధ్యాన్ ధరే ।
కహే కబీర్ సున్ భాయీ సాధూ భట్‌కత్ కౌన్ ఫిరే ।

భావం: మనసే కాశీ, మనసే గంగా మనసును మనసుతో పవిత్రం చేయి, మనసే ఆసనం, మనసునే స్థిరం చేసి మనసులో యజ్ఞం చేయి, మనసునే ప్రతిమగా తలచి, మనసునే మాలగా మార్చి అటు ఇటు ఎందుకు వెతుకుతావు తనలోనే చూడమంటున్నారు కబీర్‌దాస్.

మహాత్ములందరు విశ్వాన్ని ప్రేమించారు. మనమేమో ఇల్లూ పిల్లలంటూ సంసారపు మాయలోనే ప్రేమను వెతుక్కుంటున్నాము. ప్రేమ బయట కాదు మనసులోనే దాగి వుందన్న సత్యాన్ని పై వాక్యాలలో చెప్పారు.

"ఏక్ నామ్ తారే సబ్ దుకాణ్‌దారి" అన్నారు కబీర్.

అందరు తలచేది కొలిచేది ఆ నిరాకార భగవంతుడినే కాని ఆకారంలో చూపించే దేవుడిని కాదు. నిరాకారంలో అందరిలో ఉన్నది ఆత్మరూపంలోని దేవుడే అని మరవకూడదు.

ప్రీతీచా మోహా ఆవరెనా సోడీనా తులా సోడీనా
కితీ జన్మ ఘేత్‌లే తరీ భేటలా కునాలా హరి
గవసలా మజ యా ధ్యానా,
అశ్రూన్ చరణ వాహూనీ భక్తీచా మాల ఘాలునీ
ఓవాళీనా నమన ప్రాణ
కీతీ రూప తుజే సాజరే జణ చంద్ర లాజలోకిరే
తుకడ్యాచీ హక్ ఐకనా ॥

భావం: మాయా మోహం నన్ను ఆవరించి ఉన్నది,
మాయ నుండి దూరం చేసే వరకు నిన్ను వదలను కాక వదలను,
ఎన్ని జన్మలు ఎత్తిన అతడు ఎవరికి కనపడినాడు,
హరిని నేను ధ్యానంలోనే దర్శించాను,
అశ్రునయనాలతో చరణాలు కడిగాను,
భక్తిమాలను ధరించాను, పంచ ప్రాణాలను అర్పించాను,
ఎన్ని రూపాలలో నీవు కనపడతావు పున్నమి చంద్రుడు కూడ
నీ ముందు దిగదుడుపెయని తుక్‌డోజీ మహారాజ్
తన వాక్యాలను ఆలకించమని చెప్పారు.

తుక్‌డోజీ మహారాజ్ ఎంత చక్కగా వివరించారు ధ్యానసాధన ద్వారానే, చింతన ద్వారానే హరిని తనలోనే దర్శించినట్లు చెప్పారు. నేను (బాబా) కూడ ఎటువంటి పూజలు వ్రతాలు చేయలేదు. ఆత్మధ్యానము ద్వారానే నాలోనే అతడిని దర్శించాను, జ్ఞానధనాన్ని పొందాను. అదే అందరికి పంచుతున్నాను. భజన అంటే సంకీర్తనలు పాడటమే కాదు హరిని (ఆత్మను) లోన భజించమని అర్థం. చింతన అన్న కూడ అదే అర్థం వస్తుంది. ఆత్మ చింతన చేసాను అనుభవ జ్ఞానాన్ని పొందాను. అందుకే మీ వరకు అందించే ప్రయత్నం చేస్తున్నాను.

భజె భజ్ గురూ కా నామ్ సదా భాయి
తేరా సిద్ధ్ బనేగా కామ్ బనెగా సీదా (తుక్‌డోజీ - గ్రామగీత)
భావార్థం : గురు నామస్మరణను ప్రతిక్షణం భజించు
నీవు తలచిన సంకల్పం జరిగి తీరుతుంది.

భజనలు పాడమంటున్నారా? లేక భజించమంటున్నారా? చూడండి, ఆలోచించండి. నా అనుభవంతో చెబుతున్నాను. మీరు ధ్యానం చేసి చూడండి. ఆచరించండి. భజనల ద్వారా ఏమి జరుగుతుంది. ధ్యానం చేస్తే ఏమి లభిస్తుంది. గురువచన పాలన, ఆచరణ, మీ సంకల్పం వ్యర్థం కాదు. సద్గురువు అడుగు జాడలలో నడిచి చూడండి.

భజనల ద్వారా మోక్షం లభిస్తుందని కొందరంటే పూజలు చేయడం వల్ల మోక్షం లభిస్తుందని మరికొందరు అంటుంటారు. దేవుడికి అభిషేకం చేయడం వల్ల ప్రసన్నమవుతాడని కొందరు, గుడిలో గంటలు మ్రోగించితే దేవుడు దర్శనమిస్తాడని మరికొందరు చెబుతారు. ఇంటికి వెళ్ళి భార్యాపిల్లలను తిడతారు. రోజంతా నోటికి వచ్చినట్లు మాట్లాడతారు, రాత్రి కాగానే కడుపునిండా సారాయి త్రాగి దొర్లుతారు. ఇదా మనం చేసే భక్తి? (అందరు కాదు కొందరు మాత్రమే).

ఒక్కొక్కరు కూర్చున్న దగ్గరికే అన్ని వస్తువులు సమకూర్చి పెట్టాలని కోరుకుంటారు. మనం చేసే భక్తి ఇతరులకు బాధ కలిగించకుండ ఉండాలి. మీకు కావలసిన వాటిని మీరే సమకూర్చుకోండి. ఇంట్లో భార్యకు ఎటువంటి బాధ కలిగించక స్నానానికి నీళ్ళు పెడితే చేయండి. లేదా మీరే స్వయంగా తెచ్చుకోండి. ఆమెను బాధపెడితే ఇంటి లక్ష్మి అలిగి వెళ్ళిపోతుంది. ఇంట్లో బాధలు తప్ప ఏమి మిగలవు. ఆమె ఇంట్లో అన్ని పనులు చేసిపెడుతుంది కదా! శాసించక ప్రేమతో చెప్పండి చాలు. ఇప్పటికి (ఈ వయసులో కూడ 90 పైనే) నా పనులన్నీ నేనే చేసుకుంటాను. ఇతరులను బాధపెట్టకుండ వుండటమే నిజమైన భక్తి.

ఆత్మను బాధపెట్టి ఉపవాసం చేయడం భక్తి అనిపించుకోదు. ఏకాదశి వచ్చిందంటే కొందరు చేసే భక్తి గురించి..

అశీ ఆమచీ నిర్జల్ ఏకాదశీ
ఏకాదశీ మనూనీయ దుపటీ ఖాశీ

భావం : ఏకదశి అని ఉపవాసముంటారు. అల్పాహారం పేరిట రెట్టింపు తింటారు.

శత్రువుపై దండెత్తడానికి ముందు ఆలోచిస్తారు. సరియైన సమయం కొరకు వేచిచూస్తారు. ఏ పని చేయాలన్న వెనకముందు ఆలోచించి చేస్తారు. అటువంటిది భక్తి ఎలా చేయాలి? ఏం చేయాలి? ఎలా చేస్తే అతడి దర్శనమవుతుంది అని ఆలోచించడం మన ధర్మం కాదా! ఆలోచనే మన ఆయుధమని గ్రహించాలి. అగ్నిని ఆర్పడానికి నీటి అవసరముంటుంది. నీటికి బదులు చమురు ఉపయోగిస్తే అగ్ని మరింత రాజుకుంటుంది. నీరు చమురు రెండూ ద్రవరూపంలో వుంటాయి కాని అవి చేసే పని వేరుగా ఉంటాయి కదా!.

అదే విధంగా మనుషులందరు ఒకే రకంగా కనపడిన వారిలో గుణాలు వేరుగా ఉంటాయి.

మనం చేసే కర్మల ద్వారానే ఫలితము లభిస్తుంది.

రాగ ద్వేష కపటాదులు మనల్ని చెడుమార్గంలోకి తీసుకెళతాయి. ధ్యానమార్గమొక్కటె మనల్ని సన్మార్గంలోకి తీసుకెళుతుంది. పూజాది కర్మకాండలు మనల్ని ధ్యానం నుండి దూరం చేసాయి.

నామ్ ఘేతా గ్రాసో గ్రాసీ తో జేవిలా తరీ ఉపవాసీ
॥ తుకారామ్ మహారాజ్ ॥

వాస్తవికంగా ఆలోచిస్తే ఉపవాసమనగా: నిరాహారమని కాదు. 'ఉప' అనగా దగ్గరగా 'వాస' మనగా నివాసమని అర్థం. ఈశ్వరుని సన్నిధిలో అఖండ నివాసమని ఉపవాసానికి నిజమైన నిర్వచనం. తినకుండ కడుపుమాడ్చి దేవుడి పేరు మీద ఉపవాసముండటం కాదు, అఖండ నామస్మరణ లేక ఈశ్వర నామస్మరణను ఇంద్రియాలకు నేర్పించగలిగినపుడే, భోజనం చేసిన కూడ అది నిజమైన ఉపవాసమవుతుంది. ఇది పై వాక్యార్థం.

తీర్థ స్థానాలు దర్శించినంత మాత్రాన సాధుసన్యాసుల మధ్య కూర్చున్నంత మాత్రాన, వారిని కలిసినంత మాత్రాన తిలకం దిద్ది, మాల ధరించినంత మాత్రాన, జోలె భుజాన వేలాడదీసుకొని సాధనలు, భజనలు ఇత్యాది కర్మకాండలు చేసినంత మాత్రాన ముక్తి లభించదు.

భక్తి కొరకైనను, ధ్యానం కొరకైనను, జ్ఞానం కొరకైనను చిత్తశుద్ధి చాలా అవసరం.

Babaji in Madras Beach

11. మనిషి - మహాత్ముడు - దేవుడు

ప్రతి మనిషి తన పని తాను చేసుకుంటూ, నా ఇల్లు, నా పిల్లలు, నా సంసారం అంటూ ఆలోచిస్తాడు. చేతనైతే ఒకరిద్దరికి సహాయం చేస్తాడు. ఆపదలో వున్నపుడు దేవుడిని తలచుకుంటాడు.

దేవుడంటే మనిషి దృష్టిలో కోరికలు తీర్చే మందిరములోని దేవుడు. మొక్కులు తీర్చుకొనే మందిరాలలోని విగ్రహం. అందుకే ఆకారంలోనే మనిషి ఆ దేవుడిని చూస్తున్నాడు. అతడే రక్షించు వాడనే భ్రమలో ఉన్నాడు. కాని, మనల్ని నడిపించే మనలో ఉండి మనకు కనిపించక చైతన్య రూపంలో ఉన్న అతీత (ఆత్మ) శక్తియే దేవుడు, దైవం, ఈశ్వరుడు, ప్రభువు, అల్లా అని మహాత్ములు వివరించారు.

కానీ మనిషి మహాత్ములు చెప్పిన దైవాన్ని చూడలేడు. ఎందుకంటే ఈ కళ్లకు అతడిని చూసే శక్తి లేదు. ఆత్మదృష్టితో చూడగలిగితే ఆ దైవాన్ని తెలుసుకోవచ్చు. పంచభూతాలు మన జీవనాధారమై ఉండి సృష్టిని నడిపిస్తున్నాయి. అందుకే ఈ తత్వాలనే, నిరాకార శక్తినే దైవం అని చెప్పారు మహాత్ములు.

ఒక మనిషి మనిషిలా వుంటే మరొక మనిషి మహాత్ముడయ్యాడు. దేవుడు అని పిలువబడ్డాడు. కారణం నేను నాది అనే భావనను వదిలి మహా-ఆత్మగా వెలగి దైవకార్యాలు చేసి దైవంగా మారాడు. మన కళ్లముందు మామూలు మనిషిలా కనపడుతూ వారు దైవ కార్యాలు

చేస్తారు. అసలు దైవకార్యం అంటే ఏమిటి? అనే ప్రశ్న అందరికి రావచ్చు. పంచభూతాలు చేస్తున్నది దైవకార్యం.

పృథ్వి: మనల్ని నిలిపి ఉంచి జీవనాధారమైన ఆహారాన్నిస్తుంది. మన నుండి ఏది ఆశించదు. మనమేం చేసిన సహిస్తుంది తప్ప ఎదురు తిరగదు.

నీరు: మన దాహం తీర్చి మనల్ని పావనం చేస్తుంది. నీరు లేనిది మన జీవనమే లేదు.

గాలి: ప్రాణశక్తినిచ్చి చైతన్యంగా ఉంచుతుంది. చరాచర సృష్టికి ప్రాణదాత. గాలి ఆగిపోతే ఊపిరి ఆగిపోతుంది. ఇవ్వడమే కాని తీసుకోవడం తెలియదు గాలికి.

అగ్ని: అగ్ని లేనిది మనకాహారమే లేదు.

ఆకాశం: ఆకాశమే కదా మనకు వర్షానిచ్చి ప్రకృతిని పులకింప చేస్తుంది. సస్యశ్యామలంగా మార్చి మన జీవితాన్ని నడిపిస్తుంది.

ఈ ప్రకృతి లేనిది మనము లేనే లేము. అందుకే మహాత్ములు పంచతత్వాలనే భగవంతుడు అన్నారు. ఆరాధించారు కూడా.

ఈ పంచతత్వాలు చరాచర సృష్టికి ప్రేమను పంచుతాయి. అన్నింటిని అక్కున చేర్చుకుంటాయి. ప్రకృతి నియమానుసారంగా ఇతర ప్రాణులు నడుస్తున్నాయి.

భగవంతుడు సృష్టించిన బృందావనంలో ప్రతి ప్రాణిని సంరక్షించే బాధ్యత ఒక్క మనిషికే ఇచ్చాడు. అది మరిచి స్వార్థపు వలయంలో పడి తన కర్తవ్యాన్ని మరిచిపోయాడు మనిషి. వాటిని చెరబట్టి ఆహారంగా చేసుకోవాలని చూస్తాడు.

తనని తాను తెలుసుకున్న మనిషి మహా-ఆత్మగా వెలగి మహనీయుడై, అజ్ఞానాన్ని దూరం చేసి జ్ఞానాన్ని పంచుతూ

మార్గదర్శకులై, మహాత్ములై, దైవదూతలై, అవతార పురుషులై ఇలలో దేవుళ్లుగా పిలువబడుతున్నారు.

అందుకే

మానవుడే మహనీయుడు,

మానవుడే మాధవుడు,

మానవుడే దేవుడుగా పిలువబడుతున్నారు.

స్వరూపాన్ని బట్టి ఒక వ్యక్తి స్వభావాన్ని
అతడి శక్తి యుక్తులను అంచనా వేయలేము.
ఎందుకంటే సద్గురువులు సామాన్యమైన రూపంతో
నిరాడంబరం గా, నివురు కప్పిన నిప్పులా ఉంటారు.
వారి (వాక్కు) మాటల ద్వారా అందరినీ జాగృతి పరుస్తారు...

12. త్రికాల జ్ఞానం

భూత, భవిష్యత్, వర్తమాన కాలాల్లో జరిగిన, జరుగుతున్న, జరుగబోయే విషయ పరిజ్ఞానమే త్రికాల జ్ఞానం. మహాత్ములు మాత్రమే ఈ త్రికాలజ్ఞానాన్ని తెలుసుకోగలిగారు. ధ్యానశక్తి ద్వారా వారు పంచభూతాలను ఆధీనపరుచుకుంటారు. అందుకే వారు త్రికాల జ్ఞానాన్ని చెప్పగలుగుతారు. ధ్యానసాధన ద్వారా ఆత్మజ్ఞానము పొంది దాని ద్వారా తత్వజ్ఞానమును, విశ్వజ్ఞానమును పొందుతారు. అందుకే వారిని అంతర్యాములు అంటారు. అంతరంగములోని అంతర్యాన్ని ఇట్టే వారు పసిగట్టగలుగుతారు.

నారదుడు త్రిలోకాలను దర్శించేవాడని పురాణాలు చెబుతాయి.

కాని త్రిభువనాలు, త్రిలోకాలు, త్రికాల జ్ఞానం ఈ శరీరంలోనే వున్నాయి. ఇక్కడే అన్నింటిని దర్శించవచ్చు. పురాణాలు త్రిలోకాలను కథల రూపంలో బాహ్యంగా చూపించి మనల్ని భ్రమింప చేసాయి. మన నుండి మనల్ని దూరం చేసాయి. ధ్యానమార్గము ద్వారానే కుండలినీ శక్తి నాభి నుండి హృదయస్థానమును దాటి ఆకాశమనగా శిరస్సు భాగములోని త్రికుట స్థానము చేరడమే త్రిలోక దర్శనమని ఆధ్యాత్మికపరంగా చెప్పవచ్చు. శివుడు త్రికాలజ్ఞానియని చెప్పడంలోని భావం కూడ ఇదే.

త్రిభువనమనగా నాభీ, హృదయం, భృకుటిలోని పరమాత్మను ఆత్మధ్యానము ద్వారా దర్శించే జ్ఞానమే త్రికాలజ్ఞానం. అదే ఆత్మ

దర్శనం. పాతాళమనగా నాభీ స్థానం, పృథ్వీ అనగా హృదయ స్థానం. ఆకాశమనగా (స్వర్గం) బ్రహ్మరంధ్రమున శిరస్సు భాగం లోని త్రికుటములోన దర్శించే పరమాత్మ దర్శనమే ఈ జ్ఞానం.

నిన్నటి నిరాకారము, నేటి ఆకారము, రేపటి నిరాకారమే త్రికాలజ్ఞానము. ఎటువంటి అక్షర జ్ఞానం లేని నేను స్వానుభవము ద్వారా తెలుసుకున్న జ్ఞానమిది.

పుట్టిన ఇల్లు, పుట్టిన ఊరు, పుట్టిన దేశాన్ని జన్మభూమి అంటారు. నిజమే మన జీవన ప్రయాణం మొదలయింది ఇక్కడి నుండే. కాని జీవన ప్రయాణానికి పునాది ఏమిటి? ఎలా వుంది? ఎక్కడ ఉంది? ఆధ్యాత్మిక పరంగా ఆలోచిస్తే మన జీవన ప్రయాణం మొదలు కాక ముందు మనకంటూ ఆకారం లేదు. నిరాకారంలో ఎక్కడున్నామో, ఎలా వున్నామో కూడ తెలియదు. ఎపుడైతే తండ్రి శరీరంలోకి ప్రవేశించామో (ఆహార రూపంలో, ద్రవరూపంలో లేదా గాలి రూపంలో కావచ్చు) అపుడే మన ప్రయాణానికి పునాది పడుతుంది. తండ్రి శరీరం నుండి వీర్యరూపంలో తల్లిగర్భములోకి ప్రవేశించి అండంగా మారినపుడు ఆత్మతేజం మన జన్మను మొదలుపెడుతుంది. అందుకే ఆత్మభూమి మన మొదటి జన్మభూమి అవుతుంది.

అండం పిండంగా మారి ఆకారాన్ని దాల్చి పూర్తి శరీర భాగాలను 9 నెలలో ఏర్పరుచుకొని అటు తరువాత ప్రకృతిని చూడటానికి ఈ ప్రపంచంలోకి వస్తుంది. అదే మన రెండవ జన్మభూమి అవుతుంది. మన శరీరాన్ని నడిపించే ఆత్మశక్తి తన ఇష్టమున్నన్ని రోజులు ఉండి వెళ్ళిపోవాలనుకున్నపుడు శరీరాన్ని వదిలి మళ్లీ నిరాకారంలో కలిసిపోతుంది. నిరాకార భూమి అనగా స్వర్గం మహాత్ములు వచించిన మోక్షమే మన మూడవ జన్మ అవుతుంది.

పుట్టినిల్లు - ఆత్మ తేజం

పుట్టిన ఊరు - ఆత్మ నగరం అనగా శరీరం

పుట్టిన దేశం - ఆత్మదేశం అనగా బ్రహ్మాండం.

అదే అండం - పిండం - బ్రహ్మాండం అని చెప్పవచ్చు. గర్భములోని అండం మొదట తల భాగమును తయారు చేసి తరువాత శరీర అంగాలను తయారు చేసుకుంటుంది ఆత్మ. అందుకే మహాత్ములు భృకుటి స్థానమునే జన్మభూమిగా వర్ణించారు. జీవశక్తి అక్కడే వుందని ధ్యానసాధన ద్వారా తెలుసుకొని జ్ఞానాన్ని పొందారు. అందరికి పంచారు.

నాగుపాము దాదాపు 300 సం॥లు జీవిస్తుందని చెబుతారు. శ్వాస తక్కువగా తీసుకునే ప్రాణులలో ఇది ఒకటి. అందుకే దాని ఆయుష్షు అంత ఎక్కువగా ఉంటుంది కావచ్చు. పాము కోరలలోనే విషముంటుందని అందరికి తెలుసు. ఆ విషం గనుక ఇతర ప్రాణులపై ప్రయోగించక అలాగే నిలువ వున్నట్లయితే ఆ విషమంతా కలిసి ఒక మణిలా తయారవుతుందని గ్రంథాలు చెబుతున్నాయి. అందుకే నాగమణికి అంత ప్రాముఖ్యతనిచ్చారు. ఈ మణి ఎవరికైతే లభిస్తుందో వారు చిరంజీవులుగా ఉంటారని, నిత్య యవ్వనులుగా వుంటారని చెబుతారు. ఇదెంత వరకు నిజమో నాకు తెలియదుగాని మనిషి గురించి ఒకసారి ఆలోచించినట్లయితే - పాముకు కోరలలో మాత్రమే విషయముంటుంది కాని మనిషికి నిలువెల్లా విషముంటుందని అంటారు. ఎలా?

పవిత్రమైన మనిషి ప్రకృతి నియమానికి విరుద్ధంగా నడిచి అపవిత్రుడిగా మారిపోయాడు. తనని తాను తెలుసుకొని తనలోని నిలువెల్ల నిండి వున్న షడ్వికారాలనే కామ, క్రోధ, లోభ, మోహ, ద్వేష కపటాదులు) విషాన్ని కనుక ఇతరులపై ప్రయోగించక తనలోనే జ్ఞానమనే కుండములో ధ్యానాగ్ని ద్వారా భస్మం చేయగలిగితే అదంతా (భస్మం) కలిసి విలువైన ఆధ్యాత్మిక జ్ఞాన రత్నాలను అందిస్తుంది. పాము ఒక్క నాగమణినే ఇవ్వగలిగితే ఈ మనిషి ఎన్నో జ్ఞాన రత్నాలను పొంది అందరికి పంచగలుగుతాడు.

ఇంత గొప్ప శక్తి తనలో దాగి వుందన్న సత్యాన్ని మరిచిపోయి స్వార్ధపూరిత విషమయ జీవితాన్ని గడుపుతున్నాడు. అదే మనిషి ఆధ్యాత్మిక జీవిత బాటలో నడిచి జ్ఞానరత్నాలను పొందగలిగితే మనిషి కూడ నిత్యయవ్వనుడిగా, చిరంజీవిగా (శరీర యవ్వనంతో) వుండగలుగుతాడు. శరీరం వెళ్ళిపోయిన, వారు అందించిన జ్ఞానం గ్రంథాల రూపంలో వుండిపోతుంది. ఆత్మ అమరమై ఉంటుంది. ఇక శరీర యవ్వనమంటే ఎటువంటి వ్యాధులు దరిచేరకుండ ఉంటాయి. ధ్యానమార్గం ద్వారా రక్తం శుద్ధి కాబడుతుంది కనుక వ్యాధులకు తావుండదు కదా!!

అందుకే మహాత్ములు దేహాన్ని పవిత్ర దేవాలయంగా తలచారు. దేహంలోనే జ్ఞానమణులను ఆత్మానుభవం ద్వారా పొందారు అందరికి పంచారు.

వెలుగు లేనిది చీకటి లేదు. చీకటి పోనిదే వెలుగురాదు. ఇలా ప్రతిదానికి అవినాభావ సంబంధాన్ని ప్రకృతి ఏర్పరిచింది. ఇది ప్రకృతి నియమం. ఆత్మకు మరో ఆత్మకు ఎలా సంబంధం ఉంటుందో ఈ శరీరానికి ఇతరులతో సంబంధముంటుంది. కొన్ని బంధాలను శరీరం తెచ్చుకుంది. మరికొన్ని బంధాలను ఇక్కడికి వచ్చాక ఏర్పరుచుకుంది. అమ్మానాన్నలకు సంబంధించిన బంధాలను మనం తెచ్చుకున్నాము. అటు తరువాత బంధాలను (వివాహం) కలుపుకుంటూ వెళుతున్నాము. ఈ బంధాలతోనే మన జీవితాలు ముడిపడి ఉంటాయి. అదే జీవితమన్నారు మహాత్ములు.

సమాజమనేది ఇదే విధంగా ఏర్పడింది. మనం బ్రతకడానికి సమాజం కావాలి గాని సమాజం కోసం మనం కాదు. మనమున్న లేకపోయిన సమాజం తనపని తాను చేసుకుంటూ వెలుతుంది. మనం ఒంటరిగా బ్రతకలేము కాబట్టి సమాజంతో కలిసి నడవాలి. అందరితో నేను, నాతో అందరూ అనుకున్నపుడే సంతోషంగా వుండగలము. నేను, నాకెవ్వరు లేరు, నేను ఒంటరివాడను అనుకోవడం చాలా తప్పు.

నీవనుకుంటే అందరూ వుంటారు. నీవనుకోకపోతే నీకెవ్వరు వుండరు. ప్రతి విషయం మన ఆలోచనలపై ఆధారపడి వుంటుంది. అలాగని అందరిని నమ్మకూడదు. నమ్మకమనిపించిన వాల్లనే నీవాళ్లనుకోవాలి. అలాగని నాకెవ్వరి మీద నమ్మకం లేదని మాత్రం అనకు. ఎందుకంటే నీ మీద నీకే నమ్మకం లేనపుడు ఇతరులను నీవు నమ్మలేవు. అలాగని అందరూ నమ్మకస్తులే ఉండరు. కొందరు వుండవచ్చు మరికొందరు ఉండకపోవచ్చు.

మంచి చేసే వారున్నారు, చెడు చేసేవారున్నారు. మొదట నీవు చేసే మంచి చెడులను బేరీజు వేసుకో. రెండూ సరి సమానంగా ఉన్నాయా! లేక ఎక్కువ తక్కువ ఉన్నాయో చూసుకో. నీవు చేసేదంతా మంచి అనుకున్నపుడు నీకు ఆలోచనలు కూడ మంచివే వస్తాయి. కాని నీవు చేసే మంచిలో ఎంతవరకు ఇతరులకు మేలుంది ఆలోచించు ఎందుకంటే ఆ మంచి నీకు సరియైనదిగా అనిపించినా ఇతరులకు దుఃఖం కలిగిస్తుందంటే దానికి కారణాన్ని వెతుకు. తప్పు వారిదైనపుడు నచ్చచెప్పే ప్రయత్నం చేయి. తప్పు కాదనుకున్నపుడు మంచి చేసుకుంటూ ముందుకు వెళ్లు. ఆగకు నీ దారి మార్చకు.

నీ వల్ల ఇతరులకు మంచి జరుగుతున్నపుడు సంతోషంగా ఉండు. ఆ సంతోషమే నిన్ను ముందుకు నడిపిస్తుంది. నాకెవ్వరు ఏమి చేయడం లేదని అనుకోవడం కంటే నేను వారికి కొంతైన సహాయం చేస్తున్నాననే తృప్తితో బ్రతుకగలిగితే నీకు దుఃఖమే ఉండదు. ఆ సంతోషమే నీకు బలాన్నిస్తుంది. ధైర్యాన్ని పెంచుతుంది. బంధాలు బలపడతాయి.

నీకు జన్మనిచ్చినపుడు తల్లిపడిన బాధను అంచనా వేయగలవా! లేదు. ఆ బాధలో నీవు పడిన బాధ అణువంత కాదు. పుట్టిన ప్రతి జీవికి బాధలు తప్పవు. ఆటుపోటుల సంగమమే ఈ జీవితమని సుఖాన్ని, దుఃఖాన్ని సమంగా భావిస్తూ ముందుకు వెళ్లగలిగితే మన జీవితాలను సార్థకం చేసుకున్నట్లే అవుతుంది.

సద్గురు మార్గదర్శకంలో నడిచినపుడు నిన్నటిని మరిచిపోయి రేపటి గురించి అడుగువేయి. అపుడే నిన్నటి నిప్పు సెగలు నిన్ను తాకవు. నిన్నటి నిప్పును రగిలిస్తే సెగపెరిగి నిన్ను కాల్చుతుంది. అదే నిప్పును చల్లారిస్తే నిన్నేమి చేయదు. ఏది చేయాలన్న అది నీ చేతిలోనే వుంది. నిన్నటిని తలచుకొని బాధపడతావో రేపటి గురించి సంతోషంగా ఉంటావో నీ ఇష్టం.

మాయ మనిషి ని ఆడిస్తుంది, మొహం మనిషి ని బాధిస్తుంది,
స్వార్థం మనిషి ని వశపరచు కొంటుంది,
క్రోధం మనిషి ని దహిస్తుంది,
కామం మనిషి ని నాశనం చేస్తుంది,
అహంకారం మనిషిని లో బరచు కొంటుంది.
వీటి నుండి నిన్ను బయటకు తీసుకు రాగలిగేది
నీ గురువు ఒక్కడే , ఆయనకు నీ జీవితం అర్పించు,
ఈ భవ బందాల నుంచి నిన్ను విముక్తుడిని చేస్తాడు.

మానవ ధర్మమేమిటి ?
మంచి -చెడు ,పాపం -పుణ్యం,ఇత్యాదులన్ని
మనిషికి తెలుసు కనుక తన ఆచరణ
శుద్ధి చేసుకుని ,సత్యవచన పాలన
చేయడమే మానవ దర్మం .

13. అమృతం

అసలు అమృతమంటే ఏమిటి? అదెలా ఉంటుంది?

ద్రవ పదార్థమా! రసాయనమా! ఘనపదార్థమా! లేక ఇంకా ఏదైనా పదార్థమా! ఇవేవి కాకపోతే దాని రూపమేమిటి? ఎలా ఉంటుంది? ఎవరైనా చూసారా? దాని రుచి ఎలా ఉంటుంది? ఒక వేళ ఎవరైనా చూస్తే దాని గురించి వివరమేమిటి?

మొదట మనం పురాణాల పరంగా చూసినట్టయితే అమృతమంటే: - మరణం లేనిది అమరత్వాన్ని ప్రసాదించేది, యవ్వనంగా ఉండేలా చేసేదని అర్థం. సముద్ర మథనం గురించి అందరికి తెలిసిందే. మోహిని రూపంలో వచ్చి అమృత కళశం అందుకొని దేవతలకు అమృతాన్ని పంచుతుంది. అందుకే అమృతాన్ని తాగిన దేవతలు అమరులని పురాణం వివరిస్తుంది.

మరి అమృతాన్ని తాగిన దేవతలు, తాగని రాక్షసులు మరణాన్ని చవిచూసారు కదా! అమృతాన్ని సేవించిన దేవతలు అమరులై ఇప్పటికీ ఉండాలి కదా! ఉంటే ఎక్కడున్నారు. ఇపుడు కూడ వారు బ్రతికే ఉండాలి. బ్రహ్మ, విష్ణువు, మహేశ్వరుడు ఇంద్రాది దేవతలందరు ఉండాలి కదా!

ఇంద్రలోకంలో ఇంద్రుడు, స్వర్గలోకంలో దేవతలు, కైలాసంలో శివుడు, బ్రహ్మలోకంలో బ్రహ్మ వీళ్లందిరిని పైన ఎక్కడో చూపెడుతున్నారు. భూమిపైన (భూలోకం) హిమాలయాలలో శివుడి

కైలాసమెందుకు చూపెడుతున్నారు. ఇంద్రలోకం నుండి ఇంద్రుడు భూలోకం వచ్చి ఋషి పత్నిని వంచించడం ఇవన్ని ఎంతవరకు నిజం. ఆలోచించండి. సరె ఇవన్ని కల్పితాలు అనుకుంటే అసలు నిజమేమిటి? తెలుసుకోవాలి కదా!

మహాత్ములు, ఋషులు, మునుల ఇతిహాసాలు చెప్పేవేమిటంటే అమృతం అంటే మరణం లేనిది. అఖండమైనది, ఎన్నటికి నిలిచి ఉండేదని అర్థం.

మరణం లేనిది ఇక్కడ ఏముంది? అవే పంచమహాభూతాలు. సృష్టి మొత్తం తత్వాల ఆధారంగానే నడుస్తుంది. మనం కూడ దాని ఆధారంగానే ఉన్నాము. సృష్టి మొదలు ఏమిటో, తత్వాలు ఎలా పుట్టాయో ఎవరి శక్తి ద్వారా ఇవి నడుస్తున్నాయో కూడ ఎవరికి తెలియదు. అది రహస్యంగానే ఉంది. అతీతశక్తి ఏమిటో కూడ ఎవరికి తెలియదు.

కాని మహాత్ములు ఆ శక్తి ఏమిటో తెలుసుకున్నారు. ధ్యానయోగం ద్వారా అనుభవజ్ఞానాన్ని పొంది దేహాన్ని నడిపించే చైతన్యశక్తియె ఆత్మయని, పంచతత్వాలే పరమాత్మ శక్తియని తెలుసుకున్నారు. కనుకనే ఆత్మను గురించి వివరించారు. అదే జ్ఞానంతో బ్రహ్మజ్ఞానాన్ని అమృతమని వివరించారు. ఆత్మను తెలుసుకోవడమే అమృత సేవనమని వారి వచనాలకర్థం.

దీనికి ఉదాహరణగా గీతను చూపవచ్చు. (గీతా మకరందము-159, జ్ఞానయోగం 4-39)

జ్ఞాన తపస్సు,
జ్ఞాన యజ్ఞము,
జ్ఞాన నౌక,
జ్ఞానాగ్ని,
జ్ఞాన ఖడ్గము,
జ్ఞాన తపస్సు (ధ్యానం) చేసి పవిత్రులుకండి,

జ్ఞాన యజ్ఞము చేసి ముక్తిని పొందండి,
జ్ఞానమను తెప్పచే పాపసముద్రము దాటండి,
జ్ఞానాగ్నిలోన కర్మ కట్టెలను కాల్చివేయండి,
జ్ఞాన ఖడ్గముచే సర్వ సంశయములను ఛేదించి
జ్ఞాన భాస్కరుని దివ్య తేజముచే అజ్ఞానాంధకారమును రూపు మాపి
జ్ఞానదీపమును వెలిగించి అమృతమయ కాంతి పుంజములను నలువైపుల వెదజల్లండి.

అనగా జ్ఞానమంటే అమరమైనది కనుక జ్ఞానం ద్వారా ఆత్మజ్ఞానాన్ని, ఆత్మజ్ఞానం ద్వారా బ్రహ్మజ్ఞానాన్ని ఆస్వాదించడమే అమృతమని అర్థం.

విశ్వమనే భౌతిక మంధర పరత్వంతో కనిపించని కాలాన్ని అస్థిత్వ సాగరాన్ని మధిస్తే జీవనమంతా అమృతమయంగా మారుతుంది. విషాగ్ని కీలలు దాటి అమృతం తాగిన మనం దివ్యమూర్తులమవుతాం. అందరిలోను దాగిన, అందరిని తనలో దాచుకున్న సర్వవ్యాపక పరాత్పరుని తెలుసుకున్న వ్యక్తి అమరుడవుతాడు. అమృతం పాల సముద్రంలో పుట్టిన తీయని శీతల పానీయం కాదు. ఆత్మశాశ్వత స్థితి, దివ్యస్థితి. అది కాలానికి విశ్వానికి అతీతమైన అక్షర మహత్మ్యస్థితి. అదీ అమృతత్వం. (అంతర్యామి నుండి)

అందుకే మహాత్ముల వచనానుసారంగా,
అమృతమంటే ద్రవ పదార్థం కాదు, రసాయనం కాదు,
సురాపానం కాదు, మదిర కాదు, తీపి పదార్థం కాదు.
అమృతమంటే మధురాతి మధురమైన, రసామృతమైన,
బ్రహ్మ జ్ఞానమే, నిత్యమైన, సత్యమైన, ఆనందమైన, ప్రేమమయమైన ఆత్మజ్ఞానమే అమృతం.

14. బాల్య మిత్రుడు

శ్రీకృష్ణుడి బాల్యమిత్రుడైన సుధాముడు దారిద్ర్యాన్ని అనుభవించి చివరకు పత్ని సలహా మేరకు కృష్ణుడిని కలవడానికి ద్వారకానగరానికి వస్తాడు. అతడి చిరిగిన వస్త్రాలు, వాడిపోయిన ముఖాన్ని చూసి వింతగా చూస్తారు అక్కడి ప్రజలు. ద్వారం దగ్గరకు వచ్చి నేను శ్రీకృష్ణుడి బాల్యమిత్రుడను ప్రాణమిత్రుడని చెప్పగానే ఎగతాళి చేస్తారు ద్వారపాలకులు. ఒక ద్వారపాలకుడు మీ పేరేమిటని అడుగగా నా పేరు సుధాముడని చెప్పగా సరె ఇక్కడే వేచి వుండండి రాజు గారికి తెలియపరిచి పిలువనంపితే మిమ్మల్ని లోనికి పంపిస్తామని చెబుతారు. కొంత సమయము వేచి చూసి కృష్ణుని పిలుపు రాకపోయేసరికి సుధాముడు సహనాన్ని కోల్పోయి నన్నిక కృష్ణుడు మరిచిపోయాడని తలచి వెనుతిరిగుతాడు. కాని భవనములోని కృష్ణుడు సుధాముడి సందేశము విని పాదరక్షలు కూడ మరిచి పరుగెత్తుకు వస్తాడు. సుధామా! సుధామా! అంటూ వెనుదిరిగిన సుధామున్ని కొంతదూరం వెళ్ళి భుజం తడతాడు కృష్ణుడు. ఆ తరువాత కథ అందరికి సుపరిచితమే.

దీనిని ఆధ్యాత్మికపరంగా ఆలోచిస్తే సుధాముడు ఏవిధంగా కృష్ణుడి బాల్యమిత్రుడో మనమందరము ఆ దేవుడి బాల్యమిత్రులమే. తల్లి గర్భము నుండి బయటి ప్రపంచానికి వచ్చిన శిశువు 2 నెలల వరకు ధ్యానస్థితిలో వుంటాడు. అపుడాతడు భగవంతుడి మిత్రుడే కదా! అటు తరువాత తల్లిని గుర్తుపట్టి మాయలో పడి

తనని మరిచిపోతాడు. ఇక పెరిగి సంసార సాగరంలో సుఖదుఃఖాల వలయంలో కొట్టుమిట్టాడుతున్నపుడు గుర్తుకు వస్తాడు భగవంతుడు. అతడి దర్శనం కావాలని దుఃఖాలను దూరం చేయాలని పరితపిస్తాడు ప్రతి మనిషి సుధాముడి వలె, తను చేసిన పాపకర్మలను భోగించి పశ్చాత్తాపపడి అతడి దర్శనం కోసం వేచి చూస్తాడు.

అతడి దర్శనం కొరకు పరితపించే సుధాముడి లాంటి ప్రతి మనిషికి (కృష్ణుడి, ఆత్మ) అతడి దర్శనమవుతుంది. అతడే విధాత, ప్రియ సఖుడు, రక్షకుడు, ఆత్మ దేవుడు.

మాట్లాడకుండా ఉండడం మౌనం కాదు .
మనసు మాట్లడకుండా ఉండటం మౌనం ,
అంటే నోరు మాట్లాడిన మనసు మాత్రం వెరే ఆలోచిస్తూ ఉంటుంది .
ఆలోచనారహితమైనపుడే మనసు ను కట్టివేసినపుడే
ఇంద్రియాలన్నీ కూడా మౌనంగా ఉండిపోతాయి .
మనసు ఆధీనంలో ఉండి ఇంద్రియాలు పనిచేస్తాయి .

15. స్త్రీ - శక్తి

బ్రహ్మ విష్ణు, మహేశ్వరులను త్రిమూర్తులని పురాణాలు చెబుతున్నాయి. కాని రజో, తమో, సత్వమనే త్రిగుణాలను దేహంలోని త్రిమూర్తుల శక్తిగా వర్ణించారు మహాత్ములు. లక్ష్మి, సరస్వతి, పార్వతి (శక్తి) అనగా దయ, క్షమ, శాంతి స్వరూపాలుగా చెప్పారు. సంపద రూపంలో లక్ష్మికి స్థానం, జ్ఞానం రూపంలో సరస్వతికి స్థానం కల్పించిన మనిషి శక్తికి (పార్వతి) స్థానం కల్పించలేకపోయాడు. ఈ శక్తి స్థానం భృకుటి. జీవ శివుల కలయిక (ధ్యానావస్థ) జరిగినపుడు శక్తి ప్రసన్నమవుతుంది. అందుకే మహాత్ములు ఈ శక్తిని కొలిచారు కనుకనే ఆత్మ సాక్షాత్కారాన్ని పొందగలిగారు. శక్తి ఎక్కడో లేదని త్రికుటస్థానమే పార్వతి స్థానమని, సదాశివ స్థానమని చెప్పకనే చెప్పారు. ఈ శక్తియే అన్ని తత్వాలను (శక్తులను) ఆధీనపరుచుకుంటుంది. అందుకే శంకరుడు పార్వతికి ఆత్మ జ్ఞానమును ప్రసాదించి శక్తి స్వరూప దర్శనం కావించారు. అపుడు గతజన్మల స్మృతులు అశాశ్వతమని అమరత్వ జ్ఞానమే సత్యమని పార్వతి గ్రహించగలుగుతుంది. శక్తిగా అవతరించి దుష్టసంహారము చేస్తుంది. (ఆత్మ జ్ఞానము కలిగినంతనే మనిషిలోని దుర్గుణాలనే రాక్షసుల సంహారము జరుగుతుంది కదా ప్రతి సాధకుడిలో)

పురాణాలలో చెబుతున్న దేవతామూర్తులందరు మామూలు స్త్రీలుగానే తల్లి గర్భము నుండే కదా జన్మించారు. కానీ దైవీ కార్యాలు

చేసి దేవతలుగా కొలువబడ్డారు. అష్టలక్ష్ములని స్త్రీ శక్తులను ఈనాడు మనం పూజిస్తున్నాం. ఈ లక్ష్మీదేవతల శక్తులన్ని ప్రతి స్త్రీలో ఉన్నాయి. ధనలక్ష్మి, ధాన్యలక్ష్మి, సంతానలక్ష్మి, ధైర్యలక్ష్మి, గజలక్ష్మి, ఆది లక్ష్మి, విజయలక్ష్మి, విద్యాలక్ష్మి.

సృష్టికి ప్రతిసృష్టి చేయగల శక్తి స్త్రీకుంది. అందుకే స్త్రీని దేవతగా కొలిచారు. ఒక బిడ్డకు జన్మనిచ్చి తల్లిగా మారింది స్త్రీ. ఆమెయే సంతానలక్ష్మి కాదా! విద్యా బుద్ధులు నేర్పి సంతానానికి జ్ఞానాన్ని ప్రసాదించిన తల్లి విద్యాలక్ష్మి (సరస్వతి) కాదా! ఇంటిని చక్కదిద్ది సంసారానికి మంచి సంస్కారాన్ని నేర్పించిన స్త్రీ ధైర్యలక్ష్మి కాదా! ఇంటిని స్వర్గంలా మార్చగలిగిన స్త్రీ విజయలక్ష్మి కాదా! శిశువుకు తన స్తన్యం గుడిపి తన బిడ్డకు ఏనుగు వంటి బలం రావాలని ఆశించిన ఆమె గజలక్ష్మియే కదా!

కార్యేషు దాసీ, కర్మేషు మంత్రి, భోజ్యేషు మాతా
శయనేషు రంభ, క్షమయా ధరిత్రీ
అని స్త్రీని కదా వర్ణించారు మహాత్ములు.

ఇంటిపనులలో ఒక పనిమనిషిలా ఉంటుంది స్త్రీ. భర్తకు సహాయంగా ఉంటూ తోచిన సలహాలను ఇచ్చి మంత్రిగా మెలుగుతుంది స్త్రీ. శయన గదిలోన తనను తాను అర్పించుకుంటుంది ఇల్లాలైన స్త్రీ. ఒక తల్లిలా మారి ఇంటిల్లిపాదికి భోజనం వడ్డించి అందరి ఆరోగ్యాలను కాపాడుకుంటుంది స్త్రీ. ఇంటికి వచ్చిన అతిథులకు షడ్రోషోపేతమైన భోజనం పెట్టి అన్నపూర్ణగా పిలుపించుకుంటుంది స్త్రీయే కదా!

భూమాతకున్నంత సహనం, గోమాతకున్నంత దయాగుణం, జన్మదాతయైన స్త్రీలో దాగి వుంది. గురుమాత వలె భోధించి లౌకిక జ్ఞానదాతగా మారింది స్త్రీ.

ఇంటిని ఇలలో స్వర్గంగా మార్చి ఇంటికి దీపంగా మారింది స్త్రీ. దీపం ఏ విధంగా వెలుగునిచ్చి చీకటిని దూరం చేస్తుందో ఇల్లాలు కూడ ఇంటికి జ్యోతిగా వెలుగునిస్తుంది. పురుషుడిలో సగభాగం స్త్రీకిచ్చారు.

కనుకనే స్త్రీని అర్థాంగి అన్నారు. స్త్రీకి పురుషుడు, పురుషునికి స్త్రీ అవసరమే ఇది ప్రకృతి ధర్మం. దీనికనుగుణంగా నడుచుకోవడమే మనిషి ధర్మం. అందుకే ఆనాటి లక్ష్మి, సరస్వతి, పార్వతి, ఇత్యాది స్త్రీ మూర్తులను దేవతలుగా పూజిస్తున్నారు. సతీ అనసూయ, సతీ సక్కుబాయి, సతీ సావిత్రి ఇత్యాది సాధ్వీమణులు చిరస్మరణీయులుగా నిలిచారు.

ఒక స్త్రీ జీవితం పుట్టింట్లో ఆరంభమవుతుంది. కాని ఆమె సంపూర్ణ జీవితం పతితో ముడిపడి ఉంటుంది. పుట్టినింటి గురించి ఆలోచించే స్త్రీలో వివాహము కొత్త మలుపును తీసుకొచ్చి తన జీవితచక్రాన్ని మారుస్తుంది. మాతృత్వము ఆమె జీవితాన్ని సార్ధకం చేస్తుంది. తన జీవితంలో పూర్ణత్వాన్ని నింపుతుంది. కొత్త బంధాలను కలుపుతుంది. కొత్త ఆత్మకు సృష్టిగా నిలిచి అంకురానికి తన గర్భంలో స్థానమిచ్చి మరో ఆకారానికి (బిడ్డకు) తల్లిగా మారుతుంది. బిడ్డ రూపంలో పతిని చూసుకుంటుంది. వంశాన్ని వృద్ధి చేయడానికి భూమాతగా మారుతుంది. పుట్టింటిని మరిచిపోయేంతగా సంసారాన్ని మార్చుకుంటుంది. తన గురించి తాను ఎపుడు ఆలోచించదు. తన భర్త, తన పిల్లలు, తన సంసారం, అత్తామామలు తన కుటుంబమంటూ పరుగెడుతుంది. అదే తన ప్రపంచమనుకుంటుంది.

అదే విధంగా పురుషుడు ఆలోచించగలిగితే ఆ ఇల్లే స్వర్గమవుతుంది. పురుషుడు తన జీవిత భాగస్వామిని (అంతరంగములో) హృదయపూర్వకంగా ప్రేమా ఆప్యాయతలతో అర్థాంగిగా స్వీకరించి సుఖదుఃఖాలలో తోడుగా నిలిచి భోగభాగ్యాలను సమంగా పంచి పత్నికి సంపూర్ణత్వాన్ని ప్రసాదించగలిగితే ఆ స్త్రీ తన ప్రాణాన్ని సైతం ఇంటికొరకు ధారపోస్తుంది. పత్ని తన ధర్మాన్ని పాటించినపుడు పతి తన ధర్మాన్ని ఎందుకు ఆచరించకూడదు. పంచభూతాల సాక్షిగా ఇద్దరూ ఒకటైనపుడు ఆమెను మధ్యలో వదిలివెళ్లడం, వెళ్లిపొమ్మనడం ఎంతవరకు సమంజసం.

కొందరు స్త్రీ జీవితాలు ఎంతో దీనంగా, హీనంగా ఉంటాయి. వారిని పశువుల కంటే హీనంగా చూస్తారు. తృప్తిగా భుజించిన విస్తరాకులాగా పనికిరాని వస్తువువలె తీసిపడేసినట్లు మాట్లాడుతారు. స్త్రీ మనసు కనుక క్షోభించిందంటే ఆ ఇంట్లో శాంతి ఉండదు. బాధ్యత అనేది స్త్రీకి ఎంత ఉంటుందో పురుషుడికి అంతే బాధ్యత ఉంటుందని మరువకూడదు. చేదోడు, వాదోడుగా పురుషుడు నిలువగలిగితే స్త్రీకి అంతకంటే భాగ్యం మరేముంటుంది. ఇంటిని సరిదిద్దుకోవాలన్న, కాపాడుకోవాలన్న, నిలబెట్టుకోవాలన్న, స్త్రీ చేతిలోనే ఉంటుందనే విషయాన్ని పురుషుడు ఎన్నటికీ మరువకూడదు.

రాజ్యాన్ని పాలించే రాజులు సైతం స్త్రీ గర్భం నుండే కదా జన్మించారు. ఇంత తెలిసి అది మరిచి తల్లి రొమ్ములను తన్ని వ్యథలపాలు చేస్తున్నారు కొందరు. స్త్రీ శరీరం విలాస వస్తువు కాదు. శ్రేష్టమైన, శక్తివంతమైన, పవిత్రమైన దేవాలయమని మరిచి కేవలం అవసరాలకు వాడుకునే ఒక యంత్రంగా భావించి మాయలో మునిగిపోయారు. మాన మర్యాదలను, బంధుత్వాలను మంటగలిపి డబ్బే ప్రధానమని భావించి ప్రేమను మరిచారు.

ఆనాడు దేవతగా కొలువబడిన స్త్రీ ఈనాడు తన ఉనికినే మరిచింది. ఒక ఉప్పు గుళిక కుండెడు పాలను విరగకొట్టినట్లు కొందరు స్త్రీలు చేసే తప్పులకు స్త్రీ జాతి మొత్తం అవమానాలపాలు కావాల్సివస్తుంది.

దేవతగా కొలువబడిన భారతీయ స్త్రీ పరిస్థితి ఎలా దిగజారిపోయిందో చూడండి. ఆనాటి పవిత్రత ఎక్కడికి వెళ్ళిపోయింది. నారి తన జీవితాన్ని అర్పించింది ఈ జగానికి. ఆమె త్యాగమూర్తి. బాల్యంలో తల్లిదండ్రుల నీడలో, వివాహం తరువాత భర్త అడుగుజాడలలో తరువాత తను పెంచిన సంతానం నీడలో వుండి తన అస్తిత్వాన్ని త్యాగం చేసింది స్త్రీ మూర్తి. సమాజం కోసం తన

జీవితాన్ని అర్పించిన ప్రేమమూర్తి. అంతటి ప్రేమమూర్తి, త్యాగమూర్తి, లక్ష్మీ ఈనాడు ఎక్కడుంది? ఆలోచిస్తే గుండె తరుక్కుపోతుంది.

స్త్రీకి చేతికి గాజులు, మెడలో తాడు, ముక్కుకు ముక్కెర, చెవులకు రింగులు, జడకు గంటలు, కాళ్లకు మువ్వలు, కాలివేళ్లకు మట్టెలు ఇత్యాది ఆభరణాలు ఆమెను ఆరోగ్యంగా ఉంచడానికి వేసిన సంస్కృతీ సాంప్రదాయాలు, కానీ కొందరు స్త్రీలు బాహ్య సౌందర్యానికి ప్రాధాన్యమిచ్చి వాటి వ్యామోహంలో పడి ఆరోగ్యాన్ని లెక్కచేయక అలంకరణకు పెద్ద పీట వేసి తనని తాను మరిచిపోయి, వాటికి బానిసై అభిమానవలయంలో, రక్త సంబంధంలో పిల్లల ప్రేమలో చిక్కుకుని భగవంతున్ని కూడా మరచిపోయేట్లు చేస్తుంది. సంసారపు మాయ ఆమెతో అలా చేయిస్తుంది కాబోలు. స్త్రీ ఆలోచన ఈ వలయాన్ని దాటి వెళ్లలేదు. ఇది ఆమెకు భగవంతుడిచ్చిన వరమో లేక శాపమో తెలియదు కాని ఇది స్త్రీ ధర్మగుణం కావచ్చనిపిస్తుంది.

ఎంత ప్రేమను పంచినా, ఎన్ని తనవారికి ఇచ్చినా సంసారపు మాయావలయం ఆమెతో అలా చేయిస్తుంది. పిల్లలపై మమతానురాగాలు ఆమెను పూర్తిగా కట్టిపడేసి బంధీని చేస్తాయి. ఒక ఖైదీలా ఆమె మిగిలిపోతుంది. ఎప్పటివరకు స్త్రీ తన శరీర అభిమానాన్ని వదిలించుకోదో అప్పటి వరకు ఆమెకు పరమార్థం అర్థం కాదు. ఆమెకు ఒంట పట్టదు. బంధనాల వ్యామోహం వీడనంతవరకు భగవంతుడి గురించి అర్థం కాదు.

పురుషుడు స్వతంత్రుడు. ఎక్కడికైనా వెళ్లగలడు. ఏదైన చేయగలడు. కాని స్త్రీకి అటువంటి స్వేచ్ఛ లేదు. కనిపించని బంధనాలను కట్టి వుంచారు మన పెద్దలు. ఎక్కడికి వెళ్లకూడదు. ఎవ్వరితో మాట్లాడకూడదు అని ఆంక్షలు విధించారు. ఆంక్షల కారణంగా స్త్రీలో ఈర్ష్యాద్వేషాలు ఏర్పడతాయి. లోలోపల కుమిలిపోతుంది.

స్త్రీ మనసులో బాధల కొలిమి ఉంటుంది. ఆ స్త్రీకి భక్తి మార్గం, మహాత్ముల సాంగత్యం లభించిందంటే శాంతిని పొందగలుగుతుంది.

అలనాడు మహాత్ములు స్త్రీలకిచ్చిన పవిత్రస్థానం ఈనాటి స్త్రీ పొందగలుగుతుందా? ఆ పవిత్రత స్త్రీలో కనపడుతుందా? దేవతగా కొలిచిన స్త్రీ ఒక విలాస వస్తువుగా ఎందుకు మారింది? మన భారతీయ సంస్కృతికున్న గొప్పతనం మరేదేశంలో లేదు.

మన సంస్కృతి, సభ్యత, సంస్కారం, భారతీయనారి హుందాతనం మరెక్కడ కనిపించదు. స్త్రీ శక్తి ఎంత గొప్పదో మన పురాణాలు చెప్పకనే చెబుతున్నాయి. జగజ్జననీ, జగదంబ, దుర్గ, కాళీ ఇవన్నీ స్త్రీ శక్తికి ప్రతిరూపాలు. అన్నపూర్ణాదేవిగా కొలువబడిన స్త్రీ ఎక్కడుంది?

దీనికి కారణం ఎవరు? స్త్రీలా? పురుషులా? లేక సభ్య సమాజమా? ఒక స్త్రీనే తప్పు పట్టడం కాదు, ఒక పురుషుడే కారణం కాదు, సమాజమును తప్పు పట్టడం సమంజసం కాదు. ప్రతి ఒకరిది సమపాళ్లలో తప్పులు జరుగడం వల్ల ఈనాడు స్త్రీ తన స్థానాన్ని కోల్పోయింది.

పురుషుడు తన సగభాగంగా స్త్రీని తలచి మంచి, చెడులను, సుఖ దుఃఖాలను, స్వతంత్ర భావాన్ని సమంగా స్త్రీకి పంచగలిగితే, అలాగే స్త్రీ కూడ ఉండగలిగితే కొంతవరకు మార్పును చూడవచ్చు.

నారీ యహీ జీవన్ హై తేరీ యహీ కహానీ తేరీ
ఆంచల్ మే హై దూద్, ఔర్ ఆంఖోమే పానీ
(మైథిలీశరణ్ గుప్తా)

పుట్టెడు దుఃఖం గుండెలో, కళ్లల్లో కన్నీళ్లు తప్ప
నీ జీవితంలో ఇంకేముంది అన్నట్లుంది స్త్రీ పరిస్థితి.

ఇక సభ్య సమాజంలోని ప్రతి ఒకరు మన భారతీయ (కొందరు తప్ప) సంస్కృతిని ప్రక్కకు నెట్టి విదేశీ సంస్కృతిని ఆకర్షిస్తున్నారు. విదేశీయులేమో మన సంస్కృతిని పొగుడుతూ,

మన పవిత్రతను కొనియాడుతూ మన సంస్కృతికి వాళ్లు దగ్గరవుతుంటే మనమేమో చేతులారా మనం మన సంస్కృతిని దూరం చేసుకున్న వాళ్లమవుతున్నాం. కాదంటారా! దీనికి 75% అవుననే చెప్పవచ్చు.

అలనాటి స్త్రీకున్న సహనం, సౌశీల్యం, వినయం, విధేయత, ప్రేమ భావం ఇప్పటి సగభాగం స్త్రీలలో కనబడుతున్నాయా? లేదు.

పురుషుడికి సమానంగా స్త్రీ ఉండాలని అనుకుంటుంది గాని దేనిలో సమానంగా వుండాలో ఆలోచించారా? స్వతంత్రురాలు కావాలనుకుంటుంది గాని ఒంటరిగా బ్రతకలేనని ఎందుకు ఆలోచించడం లేదు. ప్రతి జీవికి భగవంతుడు తోడునుంచాడు. పగలు - రాత్రి, చీకటి-వెలుగు, మంచి - చెడు ఇవన్నీ ఒక్కదానికొకటి పెనవేసుకున్నాయి. ఇది ప్రకృతి నియమము. జగానికి ప్రగతి చూపించేది ఉత్పత్తి కార్యాన్ని చేసేది దంపతులు ఇద్దరని మరువకూడదు. ప్రగతిబాటను వీడి, సత్యాన్ని ప్రక్కకు నెట్టి అబద్ధపు ఆచ్ఛాదనలను పరుచుకొని రంగురంగుల మాయా స్వర్గాన్ని గాలి మేడలుగా నిర్మించుకొని అవే తమ సర్వస్వంగా భావించి ఎవరికి వాళ్లు గొప్పవాళ్లనే భ్రమలో మునిగి ఉన్నారు తప్ప తమలోని అంతరాత్మ ఆర్తనాదాన్ని వినలేకపోతున్నారు.

అంతరాత్మ ఎంతో దీనంగా చెబుతుంది నీవు అజ్ఞానపు మాయలో పడిపోతున్నావని వేడుకుంటున్నా కూడ ఆత్మ పలుకులను పెడచెవిన పెట్టి పైపై మెరుగులే వెలుగులని తలచి మురిసిపోతున్నారు.

ఆనాటి పతివ్రతా మూర్తులు తమలోని అంతరాత్మ పలుకులను శిరసావహిస్తూ పతిదేవుడి సేవలోనే తమ సర్వస్వమని భావించి పతివ్రతలుగా మిగిలిపోయారు. యోగాభ్యాసము ద్వారా ధ్యానశక్తిని చాటారు. ఒక్క పతికి తప్ప తన శరీరాన్ని ఎవ్వరికి చూపని స్త్రీ పతివ్రత. ఒక్క పతి తప్ప తనకు వేరే ఆలోచనలు లేని స్త్రీ పతివ్రత. తన సర్వస్వము తన పతియె, తన ప్రపంచమె తానుగా నిలిచిన స్త్రీ పతివ్రత.

పరపురుషుడు తాకినంతనే తన యోగశక్తి ద్వారా భస్మం చేయగల శక్తిని, మండుతున్న అగ్నిజ్వాలను దాచుకున్న స్త్రీ పతివ్రత. యముడిని కూడ ఎదిరించగలిగే శక్తి పతివ్రత స్త్రీకుంటుంది.

ఇంతటి పవిత్రమైన శక్తిని తనలో దాచుకున్న స్త్రీలు ఈనాడు కూడ ఉన్నారు. లేరని కాదు కాని కొందరు రంగుల ప్రపంచపు మాయలో పడి తమ ఉనికిని మరిచిపోతున్నారు.

పూజలు వ్రతాలు ఉపవాసాలుంటే చాలనుకునే వారు చాలా మంది ఉన్నారు. కాని పుట్టింటి వాళ్లను ఏవిధంగా ప్రేమిస్తామో, అదేవిధంగా మెట్టినింటి వారిపై అంతకంటె ఎక్కువ ప్రేమను పంచగలిగితే, అలాగే అత్తింటి వాళ్లు కూడ కూతురులా కోడలిని ప్రేమించగలిగితే అత్తగారి హెూదాను పొందిన స్త్రీ కొత్తగా వచ్చిన కోడలికి తన కూతురుకు చెప్పినట్లుగా ఇంటి గురించి, పద్ధతుల గురించి అర్థం అయ్యేట్లు చెప్పినట్లయితే కోడలు కూతురవుతుంది, అత్త అమ్మగా మారుతుంది. ఒకరి మనసు ఒకరు అర్థం చేసుకుంటే ఆ ఇల్లు స్వర్గంలా మారుతుంది. ప్రేమ ఉన్న చోటనే శాంతి ఉంటుంది. శాంతి నిలిచిన చోట భగవంతుడంటాడు. భగవంతుడున్నచోటు స్వర్గమే కదా!

ప్రేమను తమ హృదయ మందిరాలలో నిలుపుకుంటే అంతరాత్మ సంతోషపడుతుంది. అంతరాత్మ సంతోషమే ఈశ్వరుడు. ఆత్మ బంధువులుగా సకుటుంబాన్ని చూడగలిగితే స్వర్గధామం మీ ముందే ఉంటుంది.

అందుకే మహాత్ములు స్త్రీని సృష్టికి మూలమని నడిపించే దేవతయని, శాసించగల ధీమూర్తియని స్తుతించారు. ఇంటిదీపాన్ని వెలిగించాలన్న, ఆర్పివేయాలన్న స్త్రీయే కదా! ఆ పవిత్రతను స్త్రీలే చేతులారా వీటిని దూరం చేసుకుంటారా! ఆలోచించండి.

మనమెందుకు మన సంస్కృతిని దూరం చేసుకుంటున్నాం. దీనిలో తల్లిదండ్రుల బాధ్యత లేదా! తల్లిదండ్రులు పిల్లలకు నేర్పించే సంస్కారం ఇదేనా? పిల్లలు అలా తయారుకావడానికి కారణం పెద్దలు

కాదా! పెద్దల చెప్పుచేతలలో పిల్లలు నడువగలిగితే ఇలాంటి పరిస్థితి రాకుండ ఉండేదేమో! పెద్దలు తప్పుదోవ నడిస్తే పిల్లలు కూడ అదే దారిలో నడుస్తారు కదా!

అందుకే పెద్దలూ ముందు మీరు మన సంస్కృతిని ఆచరించండి. ఆధ్యాత్మికతను తెలుసుకోండి. తరువాత పిల్లలకు నేర్పించండి.

వస్త్రాలను వేసుకునేది శరీరాన్ని దాచుకోవడానికి గాని బయటికి చూపించడానికి కాదు. పురుషుల మనసులలో కామవాంఛలు రేకెత్తేట్లుగా స్త్రీ తయారు కావడం వల్ల ఇన్ని అరాచకాలు జరుగుతున్నాయి. పురుషాధిక్య సభ్య సమాజంలో స్త్రీని ఒక విలాస వస్తువుగా భావించి నీచంగా చూడటం వల్ల ఈనాడు స్త్రీ తను స్వతంత్రురాలు కావాలనుకుంటుంది. కాని దీనికి కారణం స్త్రీ. స్త్రీ విలాస వస్తువుగా తయారవుతుంది కాబట్టి పురుషుడు తన ఆధిక్యతను చాటుకుంటున్నాడు. అదే కనుక నేడు స్త్రీ తన పవిత్రతను నిలుపుకుంటే ఇన్ని అనర్థాలు జరుగకుండ ఉండేవేమో అనిపిస్తుంది.

ఈనాడు మనిషి పాపాలు చేసుకుంటూ పోతున్నాడు. దానికి శిక్షలు అనుభవిస్తున్నాడు. కాని తాను చేసే పాపాలకు శిక్షవేసేది ఎవరో గుర్తించలేకపోతున్నారు. ప్రకృతి నియమానుసారంగా నడుచుకోవడానికి కొన్ని నియమాలున్నాయి స్త్రీ పురుషులిద్దరికి. ఆ నియమాలను ఉల్లంఘించిన వారికి శిక్ష తప్పదు. అలనాడు లక్ష్మణరేఖను దాటిన సీత పరిస్థితి అందరికి తెలిసిందే. లక్ష్మణరేఖ కేవలము సీతకు మాత్రమే లక్ష్మణుడు గీసినది కాదు. ప్రకృతిలోని ప్రతి జీవికి కొన్ని నియమాలు, హద్దులున్నాయి. ఇది ప్రకృతి ప్రసాదించిన వరాలు. వాటిని దాటి మనం నడువకూడదు. ఇదే మన ధర్మం. రహదారి మధ్యలో గీత ఉంటుంది. ఎడమవైపు వెళ్లేవారు కుడివైపు వెళ్లేవారు ఎవరి దారిలో వారు నడువాలి. అలా కాక అటు కాక ఇటు నడిస్తే ప్రమాదం జరుగకుండ వుంటుందా? అలాగే మనిషి జీవితంలో కొన్ని హద్దులుంటాయి. వాటిని అధిగమిస్తే ప్రమాదం తప్పదు కదా!

బి. ఉషారాణి (B. Usha Rani)

స్త్రీలందరు ఒకేరకంగా ఉండరు. ఒక్కొక్కరికి ఒక్కోరకమైన అలవాటు ఉంటుంది. ఒక ఊరిలో ఒక స్త్రీకి చెడు అలవాటు ఉండేది. ప్రతిరోజు ఎవరో ఒకరితో గొడవ పడితేగాని ఆమెకు ముద్దలోనికి పోయేది కాదు. అలా రోజు గొడవ పడటం తరువాత తృప్తిగా తినడం ఆమె దినచర్యగా మారిపోయింది. అలా ఒకరోజు గొడవపడటానికి ఎవ్వరూ దొరకలేదు. ఏం చేయాలో దిక్కుతోచక ఎవరు దొరుకుతారా అని ఎదురుచూడసాగింది. ఎవ్వరూ కానరాలేదు. బయటికి వచ్చి చూడసాగింది. ఆమెను చూసి ఎక్కడి వాళ్లక్కడ తలుపులు మూసుకొని ఉండిపోయారు. ఆమె ఎక్కడ ఎపుడు వచ్చి గొడవపడుతోందోనని భయపడి బయటకు రావడమే మానేసారు.

ఇంట్లో ఆమెకు కాలు నిలవడం లేదు.

ఎవ్వరూ కనపడలేదు అలా చూసి చూసి ఇక లాభం లేదనుకుని ఒకరింట్లోకి వెళ్లి ఇంటావిడతో (ఏదో ఒకటి అడగాలి కదా) మీ ఇంట్లో అగ్గి వుందా! అని అడిగింది. వుంది అనగానే సరే ఇవ్వు అంది. మరి ఎలా తీసుకెళతావు అని పాపం ఆమె అనడం ఆలస్యం అయిందో లేదో ఇక మొదలు పెట్టింది. నీకెందుకు నేను ఎలా తీసుకెళితే అంటూ నాలుగు తిట్లు తిట్టేసి వెళ్లిపోయింది. ఆమె బరువు దిగిపోయినట్లుగా హాయిగా ఇంటికి వెళ్ళి భోజనం చేసింది.

అలా ఒక్కొక్కరికి ఒక్కోరకమైన పిచ్చి ఉంటుంది. వారి పిచ్చి ఎదుటివారిని ఎంత బాధపెడుతుందన్న ఇంగిత జ్ఞానం కూడ ఉండదు. ఈర్ష్య పెంచుకుంటారు. ఒకరి ఎదుగుదలను చూసి ఓర్వలేని వారు కూడ ఉంటారు. అలాగని స్త్రీలందరు అలాగే వుంటారనుకోవడం పొరపాటు. కొందరు ఓపికతో సహనాన్ని పాటిస్తారు. ఒకరి మంచిని కోరుకుంటారు. ఇతరులకు ఏదో రకంగా సహాయపడాలనే కోరికను కలిగి ఉంటారు కొందరు. ఒక్కొక్కరి మనస్తత్వం ఒక్కోరకంగా వుంటుంది.

సంసారంలో ఉంటూ పరమార్థం వైపు దృష్టి కలిగి వున్న స్త్రీ తన ఇంటిని స్వర్గంలా మార్చుకోగలుగుతుంది. ఆ భగవంతుడి సేవ

చేస్తున్నాననే భావనతో తన పరివారానికి సేవచేస్తూ తన ఇంటిని దేవాలయంగా మార్చుకుంటుంది. ఇప్పటికి ఇలాంటి వారు ఉన్నారు కనుకనే ఈ సృష్టి కొంత సమతుల్యంగా నిలబడగలుగుతుంది.

ప్రతి ఒకరు కలిసి మెలిసి ఉంటూ ఒకరికొకరు సహాయం చేసుకోవడమే మన భారతీయ సంస్కృతి. పెద్దలను గౌరవించడం మన ధర్మం. మహాత్ముల వచనానుసారంగా నడుచుకోవడం మన ధర్మం, సాంప్రదాయం కూడా.

గుళకరాళ్ళను గుగ్గిళ్ళుగా మార్చిన పతివ్రతా శిరోమణి అనసూయ మాత ఒక స్త్రీయే కదా! యోగశక్తి ద్వారా, ధ్యాన శక్తి ద్వారా ఆమె చేయగలిగింది. అదే ఆత్మశక్తి అందరిలో ఉంది. మీరు ఏ విధంగా సంసారం, పిల్లలు, పతి గురించి బాధపడతారో, తాపత్రయపడతారో, అదేవిధంగా మిమ్మల్ని నడిపించే ఆత్మదేవుడిని ప్రార్థిస్తే ఏ దుఃఖాలను మీ దరికి రానివ్వదు. ఒకవేళ వచ్చిన వాటిని ఎదుర్కొనే ఆత్మస్థైర్యం మీకు వస్తుంది. ఆనాడు జానాబాయి, మీరాబాయి, ఇత్యాదులు ఆత్మధ్యానమునే చేసారు. ఆత్మనే కృష్ణుడిగా దర్శించారు.

పురుషడి సౌభాగ్యం స్త్రీ. స్త్రీ లేని పురుషుడి జీవితం దేవతలేని కోవెల లాంటిదని మరువకూడదు. స్త్రీని గౌరవించలేని పురుషుడి జీవితం అంధకారమయం. అదే పురుషుడు లేని స్త్రీ జీవితం అసంపూర్ణం. రెండు సగాలు కలిస్తేనే ఒకటి అవుతుంది. అదే సంపూర్ణమవుతుంది. స్త్రీ పురుషుల కలయికతోనే జీవితమేర్పడుతుంది. ఆ జీవితమే ముందు తరాలకు దారి చూపుతుంది. ప్రకృతి పురుషుడుంటేనే సృష్టి నిలిచి ఉన్నట్లు స్త్రీ పురుషుడు కలిసి ఉంటేనే ప్రపంచము, సమాజము, పరివారము నడుస్తుందని మరువకూడదు.

16. జీవితంలో ధ్యానం - దాని స్థానం

"జన్మాచీ మూళ పహావే శోధూనీ
దుఃఖాచీ కారణ్ జన్మ ఘేణే" ॥ తుకారామ్ మహారాజ్ ॥

జన్మ యొక్క మూలాన్ని తెలుసుకోవడం, మనమెవరము? ఎక్కడి నుండి వచ్చాము. తిరిగి ఎక్కడికి వెళ్ళాలి? ఈ ప్రశ్నలకు సమాధానాన్ని కనుక తెలుసుకోగలిగితే దుఃఖాలకు కారణం మనము ఈ జన్మలోకి రావడమేయని తుకారామ్ మహారాజ్ చెప్పారు.

మన గురించి మనం తెలుసుకోవడానికి మనమేం చేయాలి. ధ్యానమొక్కటే సులువైన మార్గం. ధ్యానమంటే ఏమిటి? ఎలా చేయాలి?

ధ్యానానికి అసలు నిర్వచనం తల్లిగర్భములో శిశువు చేయు ధ్యానం నిర్వికల్ప సమాధి అసలైన ధ్యానం. శిశువు కపాల భాగములోని దశద్వారము (మోక్ష ద్వారము) ద్వారా శ్వాస హృదయాన్ని చేరి శిశువును రక్షించింది కనుకనే జఠరాగ్ని తాపం గర్భాన్ని తాకదు. ఆ చల్లదనమే శిశువును రక్షిస్తుంది. గర్భములో ఉన్నంత వరకే సమాధి స్థితి. బయటి ప్రపంచములోకి వచ్చిన తరువాత తల్లిని గుర్తించనంతవరకు ఆ స్థితి ఉంటుంది. మాయలోకి వచ్చిన తరువాత మన గురించి మనం మరిచిపోతాం. మన గురించి మనం తెలుసుకునే ప్రయత్నమే ధ్యానం.

అసలు ధ్యానమంటే ఏమిటి?

ధ్యానమెందుకు చేయాలి? ధ్యానం వల్ల కలిగే లాభమేమిటి? ఈ ప్రశ్నలు ప్రతి ఒకరిలో మెదులుతుంటాయి.

మా దగ్గర ఆస్తి, ఐశ్వర్యం, సంపద, ఆరోగ్యం అన్నీ ఉన్నాయి. మాకు ధ్యానంతో పనేముంది? అని కొందరంటుంటారు. కానీ ప్రతి మనిషికి ఎన్ని వున్న ఏదో ఒక లోటు తప్పకుండ ఉంటుంది. ఆ లోటును సరిదిద్దుకోవాలంటే, మనకున్న మానసిక ఒత్తిడి నుండి దూరం కావాలంటే ధ్యానం అవసరమే కదా!

మనసును ఒకదానిపై ఏకాగ్రం చేయడమే ధ్యానం. మనం చేసే ప్రతి పని ధ్యానంతోనే చేస్తున్నామన్నది మనకు తెలియకుండానే జరిగిపోతుంది. ఇది భౌతిక పరమైన ధ్యానం.

ధ్యానమంటే నిమిషాలు లెక్కపెట్టుకుంటూ కూర్చోవటమో, ఒక నియమాన్ని నేర్చుకొని పాటించడమో కాదు. భగవంతుడితో అనుసంధానం కావడం, నిన్ను నీవు తెలుసుకొని ఆత్మను చేరుకోవడం.

ధ్యానాన్ని రెండు రకాలుగా చెప్పవచ్చు. ఒకటి శారీరక ధ్యానం, రెండవది మానసిక ధ్యానం లేక ఆత్మధ్యానం. శరీరానికి సంబంధించినంతవరకు మనం చేసే ప్రతి పని ధ్యానమే. ఉదా: టీ తయారు చేయడం ధ్యానమే. మనసు మరోవైపు మళ్లిందంటే చక్కెర శాతమో, టీ పొడి శాతమో తక్కువ లేక ఎక్కువ కావడం వల్ల టీ రుచి మారిపోతుంది. టీ తాగిన తరువాత అంటారు "ఏంటీ మనసు పెట్టి చేయలేదా!'. అంటే మనసును దానిపై కేంద్రీకృతం చేస్తేనే ఆ పని సక్రమంగా జరుగుతుంది కనుక అది కూడా ఒక రకమైన ధ్యానమే కదా! అలాగే ప్రతి పని ధ్యానంతోనే జరుగుతుంది.

ఇక రెండవది మానసిక ధ్యానం. మెదడుకు విశ్రాంతినిచ్చి ఇంద్రియాలకు పని కల్పించక మనసు ఒక దగ్గర స్థిరం చేయడం ఆత్మ ధ్యానం. భృకుటిలోన మనసును ఏకీకృతం చేయడమన్నమాట. శారీరక ధ్యానాన్ని ప్రతి ఒకరు చేయగలుగుతారు. కాని ఆత్మధ్యానం చేయాలంటే సద్గురువుల సాంగత్యం ఎంతో అవసరం. సద్గురువులు మాత్రమే ఆత్మధ్యానాన్ని మనకు నేర్పిస్తారు.

మేఘాలు ఏ విధంగా భేధాలు చూపక పృథ్విపై వర్షాన్ని కురిపిస్తాయో అదే విధంగా ధర్మమేఘ సమాధి స్థితిని పొందియున్న మహాత్ములు మాత్రమే ఆత్మధ్యానాన్ని నేర్పించి మనలోని దైవీశక్తిని జాగృతి చేసి కృపావర్షాన్ని కురిపిస్తారు. ఎటువంటి సాధన చేయకుండానే సహజాతి సహజంగా సద్గురువుల ఆశీర్వాదంతో ధ్యానం చేసి మనలో దాగి వున్న ఆత్మశక్తిని జాగృతి చేయవచ్చు. ధ్యానంలో మనల్ని మనం మరిచిపోవాలి. అంతర్శక్తి మనకు ప్రేరణ కలిగిస్తుంది. అంతరంగములో చిత్రవిచిత్రాలను చూపిస్తుంది. అన్నింటిని ఆడించే యజమాని ఆత్మస్వరూపంలో ఉన్నాడు. అంతర్ముఖులైనపుడే మనం ఆత్మశాంతిని పొందవచ్చు. ధ్యానంలో అనేక దృశ్యాలు కనపడొచ్చు, కనపడకపోవచ్చు.

సద్గురువుల కృప (శక్తిపాతం) నాలుగు రకాలుగా జరుగుతుంది.

మొదటిది శబ్దపాతం : వారి ప్రవచనాల ద్వారా ఉపదేశాల ద్వారా ఆత్మశక్తి జాగృతి కావడం.

రెండవది దృష్టిపాతం : వారి కృపాదృష్టి మనపై పడినంతనే కుండలినీ శక్తి జాగృతి కావడం.

మూడవది ఇచ్ఛాశక్తి : వారి సంకల్పం ద్వారా జ్ఞాన సంస్కారాన్ని జాగృతి చేస్తారు.

నాల్గవది స్పర్శ లేక ఆశీర్వాదం : సాధకుల తలపై వరదహస్త ముంచి సుప్తావస్తలో ఉన్న జ్ఞానాన్ని జాగృతి చేస్తారు.

సద్గురు కృపాదృష్టి ద్వారా సాధకులలో శక్తిపాతం జరిగిన తరువాత ధ్యానంలో వారికి విచిత్రమైన లక్షణాలు కలుగుతాయి. శరీరం గోళాకారంగా తిరగడం, ముందుకు వెనుకకు ఉయ్యాలవలె ఊగడం, చిత్రమైన శబ్దాలను ఉచ్ఛరించడం, ముందుకు గాని వెనుకకు గాని పడిపోవడం, చెమటలు రావడం, రోమాంచితం కావడం, నవ్వడం, ఏడ్వడం, దృష్యాలు కనపడటం, ఆసనాలు వేయడం లాంటి క్రియలు జరుగుతాయి.

మనకు కావల్సింది ఆత్మానందం. ఈ విశ్వమంతా ఆనందరూపమే. ఆనందం అందరిలో నిండి వుంది. ఆనందాన్ని ధ్యానం ద్వారా శోధించి సాధించాలి. నేను భగవంతుడి నుండి వేరుకాదు, నానుండి భగవంతుడు వేరు కాదు అను భావనతో ధ్యానం చేయాలి. అపుడే ఈశ్వరప్రాప్తి మనకు లభిస్తుంది. అందుకే స్వస్వరూప ధ్యానం చేయండి. స్వస్వరూపమును సన్మానించండి. స్వస్వరూపాన్ని తెలుసుకుంటే పరమాత్మ మీలోనే అంతర్యామిగా ఉన్నాడని అర్థమవుతుంది.

ఎందుకు? ఏమిటి? ఎలా? అనేది బాహ్యధ్యానం.

మన గురించి మనం తెలుసుకోవడం అంతర్ధ్యానం.

బాహ్య ప్రపంచాన్ని అంతర్ ప్రపంచాన్ని కలిపే శ్వాస, దానిపై ధ్యాస అదే ధ్యానం.

ధ్యానమంటే పూజ కాదు, ప్రార్థన కాదు, స్తోత్రం కాదు, నామస్మరణ కాదు, మంత్ర జపము కానే కాదు, ధ్యానమంటే శ్వాస మీద ధ్యాస, చిత్తవృత్తి నిరోధం, ప్రాణశక్తి ప్రవాహం, నాడీమండల శుద్ధి.

ధ్యానం మన జీవితంలో ఒక భాగం కావాలి. మనలోని ఆత్మశక్తి సద్గురువు కృపాశక్తిపాతం ద్వారా జాగృతం కావడం మనకు లభించే మహాప్రసాదం. ఈ శక్తి వికసించబడి వారి కృపామృత ధారను ఏ విధంగా ఆచరణలోకి తీసుకురావాలో సద్గురువు ఉపదేశం ద్వారా మనకు అర్థం అవుతుంది. జీవనానికి ధ్యానసాధనమే గొప్ప ఆధారము. ఈ ఆధారం వల్ల ధ్యానంలోని సహజస్థితి గురించి తెలుస్తుంది మరియు మనలోని అభూత కల్పనల చిక్కుముడి వీడిపోతుంది.

అందుకే మహాత్ములు ఆత్మధ్యానము చేసి, ఆత్మజ్ఞానాన్ని పొంది, ఆత్మ సుఖాన్ని ఆస్వాదించి వారి అనుభవ జ్ఞానాన్ని మనకు అందించగలిగారు. ఆదినాథుడయిన శంకరుడు చేసింది 'ఓం' కార ధ్యానాన్నే అలనాటి రాముడు, కృష్ణుడు, హనుమంతుడు, ఇత్యాది అవతార పురుషులు చేసింది ఆత్మధ్యానమే. అమరమైన ఆత్మ సత్యమని శంకరుడు సైతం సదాశివుడి ధ్యానం చేస్తున్నాని పార్వతికి

వివరించారు ఆగమశాస్త్రంలో. అందుకే మహాత్ములందరూ నొక్కి వక్కానించేది ఆత్మధ్యానమొక్కటే. శ్వాస ఉచ్ఛ్వాసల ద్వారా అనుర్వాచ ధ్యానం చేస్తున్నది ఆత్మ. కాని మనం కర్మేంద్రియాల ద్వారా, పలుకుల ద్వారా జపం చేస్తూ కర్మలు చేస్తున్నాము కనుకనే ఆత్మను మరిచిపోయాము.

ఇక ధ్యానం గురించి ఆలోచించినట్లయితే సహజంగానే మనము ఏ విధంగా నిద్రాదీనులమవుతామో. అలాగే సహజంగానే ధ్యానమగ్నులం కావాలి. శాంతంగా కూర్చొని చిత్తాన్ని ఆత్మ స్వరూపంపై కేంద్రీకృతం చేయాలి. అంతర్యామి అచట నివాసమై ఉన్నాడు. శ్వాసోచ్ఛ్వాసలు సహజంగానే జరగనివ్వాలి. శ్వాసను అదిమి పట్టాల్సిన అవసరం లేదు. ఆత్మ స్వరూపంలో లీనం కావాలి. ఇంద్రియాలను మనసును అంతర్ముఖం కానివ్వాలి. శుద్ధాత్మ భావంతో మనసును సాక్షిగా నిలిపి ధ్యానం చేయాలి.

ధ్యానం శరీరాన్ని ఆరోగ్యంగా ఉంచుతుంది. ఉల్లాసంగా ఉంచుతుంది. జ్ఞాపకశక్తిని పెంచుతుంది. మానసిక ఒత్తిడి నుండి దూరం చేస్తుంది. నాడీ శుద్ధి చేసి రక్తప్రసరణ సక్రమంగా నడిపించి వ్యాధులను దూరం చేస్తుంది.

ఈనాడు ప్రతి ఒకరు మానసిక ఒత్తిడికి గురికావడానికి కారణం మనల్ని మనం అదుపుచేయలేకపోవడం. ఇంద్రియాలు అదుపు తప్పి విచక్షణ కోల్పోయి, కోపం రావడం వల్ల మనమేం మాట్లాడుతున్నామో మనకే తెలియకుండా పోతుంది.

మన చేతిలోని సెల్‌ఫోన్, ఇంట్లో టి.వి., సమాజంలో సినిమాలు మనల్ని దారి మళ్లిస్తున్నాయి. చెడు వ్యసనాలను ప్రేరేపిస్తున్నాయి. వాటి వల్ల మంచి ఎంత ఉందో, చెడు కూడ అంతే ఉంది. కాని మంచిని వదిలి చెడును మాత్రమే గ్రహించడం వల్ల ఇన్ని అనర్థాలు జరుగుతున్నాయి.

అనర్థాలు జరుగకుండ ఉండాలంటే మనం ముందు ఇంద్రియాలను అదుపు చేయాలి. వాటిని అదుపు చేయాలంటే ధ్యానమొక్కటే

మేలైన మార్గం. బాహ్యపూజ ఇంద్రియాలకు ఆనందాన్నిస్తుంది. కాని ఆత్మపూజ శరీరానికి ఆనందాన్నిస్తుంది. మెదడును శాంతపరుస్తుంది. ఆరోగ్యానిస్తుంది. ధ్యానం మనిషిని మార్చేస్తుంది. పరివర్తన కలిగిస్తుంది. చెడు మార్గము నుండి దూరం చేస్తుంది.

పూజలు చేసిన వారి ఇతిహాసాలు లేవు కాని ఆత్మపూజలు చేసిన మహాత్ముల ఇతిహాసాలు చిరంజీవులుగా ఉన్నాయి.

మనసులో ఎటువంటి ఆలోచనలకు తావులేకుండ ఆలోచనారహితమయినపుడు ఆత్మ స్వరూపము యొక్క ప్రకాశం జ్యోతి రూపంలో కానవస్తుంది. మనసులో ఆలోచనలు స్థిరం కానట్లయితే బలవంతంగా ఆపే ప్రయత్నం చేయకూడదు. మనసును ఇష్టానుసారంగా వదిలారంటే తరువాత దానంతటదే స్థిరమవుతుంది. మనసు స్థిరమైనపుడే అంతర్యామి (ఆత్మ) దర్శనం పొందవచ్చని గుర్తుంచుకుంటే చాలు.

నైసర్గికంగా ప్రతి మనిషిలో **21,600** శ్వాసోచ్ఛ్వాసలు ప్రణవ జపం నడుస్తుంటుంది. ఇదే బీజ మంత్రం, అజాపజప మంత్రం, శ్వాస తీసుకొన్నపుడు 'సో' అని వదిలినపుడు 'హం' అను అదే 'సోహం' అను ధ్వని ఉత్పన్నమవుతుంది. దీనినే మంత్రజపమన్నారు. ఏకాదశ మంత్రం, ద్వాదశ, పంచాక్షరీ మంత్రం, ప్రణవజపం అని ఇత్యాది వన్నీ దీని పేర్లే. ఆత్మ బీజ స్వరూపం శ్వాసోచ్ఛ్వాసలపై ఆధారపడి వుంది కనుకే శ్వాసపై మనసును కేంద్రీకృతం చేయడం బీజమంత్ర ముఖ్య ఉద్దేశ్యం.

ధ్యానంలో మనల్ని మరిచిపోయినపుడు అంతర్శక్తి మనకు ప్రేరణ కలిగిస్తుంది. చిత్రవిచిత్రాలను చూపిస్తుంది. మనకు కనిపించే ప్రతి వ్యక్తి ఈశ్వరుడే అని గుర్తుంచుకుంటే చాలు. అంతర్ముఖులై ధ్యానం చేయగలిగితే అక్కడ మీకు ఏకత్వము యొక్క అనుభవము కలుగుతుంది. ఈశ్వరుడి నుండి వేరుకాదు, అతడే అంతర్యామిగా వున్నాడనే సత్యాన్ని గ్రహించవచ్చు. ఈ అనుభవం రానంతవరకు మనము శాంత చిత్తాన్ని పొందలేము.

ప్రతి ఒకరు విశ్వశాంతి గురించి చెబుతుంటారు. అందరూ ఉండేది ఇక్కడే. మనమూ ఇక్కడే ఉన్నాము. మన అంతరంగములో శాంతి పొందినట్లయితే అంతటా శాంతి లభిస్తుంది. అంతేకాని ఎవరో వచ్చి ఏదో ఒక మీట (Button) నొక్కగానే శాంతి లభించదు. ఎవరో కంప్యూటర్లలో Button నొక్కగానే విశ్వశాంతి కార్యక్రమము మొదలుకాదు. మనలో మనమే ముందు శాంతపడితే ఆత్మశాంతిని పొందగలిగితే విశ్వశాంతిని చూడగలుగుతాము. అంతర్ముఖులై ధ్యానసాధన చేసినట్లయితే శాంతిని పొందవచ్చు. అందుకే నిత్య జీవితంలో ధ్యానం ఒక భాగం కావాలి. అదే మనకు సన్మార్గమును చూపుతుంది. గమ్యానికి దారి చూపుతుంది.

పంథ్ నిర్వాణ్ తుమ్హారా హై, దేఖ్ కర్ కాల్ ధరారా హై ।
సహజ్ మే సహజ్ నిరాలా హై, సహజ్ కా సహజ్ ఉజాలా హై ।
సహజ్ కా మంత్ర్ భీ ప్యారా హై, జపే వో జగ్‌సే న్యారా హై ।
లగే నహీ తాల్ సుర్ ఇన్ కో, ఔర్ లగే నహీ కర్‌మాలా ఇన్ కో ।
సహజ్ ధర్ ధ్యాన్, మస్త్ హెూ జాన్, ఖులే తన్ భాన్,
మిలే నిర్ధార్ సుఖ్ ఘర్ కీ ॥ తుక్‌డోజీ మహారాజ్ ॥

17. గురు కృప

భారతీయ ఆధ్యాత్మిక సంస్కృతిలోని అనేక విశిష్టాలలో శక్తిపాత యోగస్థానం అతి శ్రేష్ఠమైనది. వేదకాలం నుండి ఇప్పటివరకు అవతార పురుషులు, ఋషులు, మునులు మరియు మహాత్ములందరూ ఈ మార్గంలో నడిచినవారే.

ఆదినాథుడైన శంకరుడి నుండి పరంపరగా వస్తున్న శక్తిపాత దీక్షను పొందిన మహాత్ములు సాధకులను అనుగ్రహించి పరమేశ్వర ప్రాప్తివైపు పయనించగలిగే మార్గం సుగమం చేస్తారు. పరంపరా, పద్ధతులు ఏవైనా కూడా సాధకులలో శక్తి సంక్రమణ చేయడమే నిజమైన మూలతత్వం. ఎందుకంటే ఆధ్యాత్మిక మార్గంలో శక్తిపాత దీక్ష శ్రేష్ఠమైనది కనుక.

ఇంతటి అపూర్వ స్థానం ఇచ్చారు కనుకే శ్రీ సంత్ జ్ఞానేశ్వర్ మహారాజ్ ఈ మార్గాన్ని "పంథ్ రాజ్" (సహజ సమాధి) అన్నారు. జ్ఞానేశ్వరిలో **(18-966)** దివ్యమైన పరమేశ్వరీ శాంభవీ శక్తి బ్రహ్మ ప్రాప్తి కొరకు శిష్యులను అనుగ్రహించడమే శక్తిపాతమన్నారు.

దివ్యజ్ఞానమిచ్చి జ్ఞానప్రాప్తి వల్ల పాప క్షయం కావడమే శక్తిపాత దీక్ష. భగవత్ స్వరూపులైన సద్గురు కృప లభించనంత వరకు, కుండలినీ శక్తి జాగృతి కానంతవరకు ఆధ్యాత్మిక మార్గం వైపు ప్రయాణించడం సాధ్యం కాదు. సుప్తావస్థలో ఉన్న శక్తి పూర్తిగా జాగృతి కానంతవరకు

బి. ఉషారాణి (B. Usha Rani)

మానవుడి జీవితం సార్థకం కాదు. మానవ దేహ దారులైన సద్గురువులే మూఢ జనులను ఉద్ధరించి స్వస్వరూపము గురించి తెలిసేటట్లు చేసి చైతన్య రూపులుగా తీర్చిదిద్దే అధికారులు వారు.

అనుగ్రహాశక్తియే సద్గురువు యొక్క సత్య స్వరూపము. తీవ్ర వైరాగ్యము, తీవ్ర నివృత్తి భావము, ముక్తిని పొందాలనే ఆకాంక్ష ఉన్న సాధకులకు సైతం అత్యంత దుర్లభమైనా కూడా సద్గురు కృప తప్పనిసరి పొందడం ఆవశ్యకం. అజ్ఞానులను సుజ్ఞానులుగా మార్చి బ్రహ్మానంద ప్రాప్తి పొందేట్లు చేసే సామర్థ్యం సద్గురువులకు ఉంటుంది.

భారతీయ ఆధ్యాత్మిక సంపదను పొందడమే మానసిక ఆనందము. శక్తిపాత యోగ దివ్య పరంపరాప్రవాహంలో మానసిక స్నానం చేసి ధన్యులమవ్వాలని అనడంలో ఏమాత్రం అతిశయోక్తి కాదేమో!

ప్రపంచంలో చాలా మంది గురువులున్నారు కాని శిష్యుడి అంతర్‌శక్తిని జాగృతి చేసి ఆత్మానందంలో రమింపచేయగల వ్యక్తి సద్గురువు. శక్తిపాతం ద్వారా అంతర్‌శక్తియైన కుండలినీని జాగృతి చేయుట అనగా మానవ దేహంలోని పారమేశ్వరీ శక్తిని మేల్కొలిపి సంచరింపచేయుట, యోగం గురించి శిక్షణ ఇచ్చుట, జ్ఞానోదయం ద్వారా ఆనందానుభూతిని కలుగజేయుట, భక్తి పట్ల ప్రేమను కల్పించుట, కర్మలో నిష్కామత్వాన్ని నేర్పించు సజీవంగా ఉన్నప్పుడే మోక్షాన్ని ప్రసాదించు వారే సద్గురువులు. అటువంటి పరమ గురవు శివుడి కంటే వేరు కాదు. (చిత్తశక్తి విలాసము-19)

ఇట్టి కోవకు చెందిన వారు శ్రీ పరమహంస సద్గురు పూలాజీ బాబా. ఎటువంటి గురుదీక్షను పొందని, గ్రంథ పఠనము లేని బాబా తన ఆత్మసాక్షాత్కార అనుభవ జ్ఞానాన్ని పొంది ఈశ్వరీయ జ్ఞానాన్ని భక్తులకు పంచుతున్నారు. వీరిది సహజ సమాధి. దీనినే రాజయోగమని, సహజ యోగమని పతంజలి మహర్షి వివరించారు.

అజ్ఞానాంధకారంలో మునిగి వున్న వారిని కృతార్థులను చేయడానికి, ఆప్తులని, ఇష్టమైన వారిని, గొప్పవారని, ధనికులని, పేదవాళ్లని చూడక అందరిపై సమదృష్టిని చూపుతూ సమాధి స్థితిలో ఎంతో మంది భక్తుల అదృష్టపు తలుపులను తెరిచారు. శబ్ధ, స్పర్శ, దృష్టి మరియు ఆశీర్వాదము ద్వారా శక్తిపాతముగావిస్తున్నారు.

పతంజలి యోగ దర్శనము శక్తిపాతం గురించి ఈ విధంగా వివరిస్తున్నది...

వరద హస్తం (స్పర్ష పాతం) : పక్షి ఏవిధంగా గుడ్లను ప్రేమతో నిమరడం వల్ల వాటికి ఆహారం లభిస్తుంది, ఉష్ణత లభిస్తుంది. అదే విధంగా భక్తుల యొక్క తలపై (మస్తిష్కము పై - సహస్రారము) హస్తముంచి సుషుప్తి అవస్థలో వున్న జ్ఞానాన్ని జాగృతపరుస్తారు. సంస్కారవంతుల్ని గావిస్తారు.

దృష్టి పాతం : తాబేలు తటస్థ దృష్టితో చూసినంతనే వాటి పిల్లలకు (గుడ్లకు) అన్నపానాదులు అందుతాయి. అదేవిధంగా మహాత్ముల దృష్టి పడినంతనే భక్తులలో కుండలినీ శక్తి జాగృతమవుతుంది.

ఇచ్ఛాశక్తి : తీతువు పక్షి సాగరతీరంలో గుడ్లను పెట్టి దూరంగా వెళ్లిపోతుంది. మళ్లీ గుడ్లను తిరిగి చూడదు. దాని ఇచ్ఛానుసారంగా, సంకల్పం ద్వారా కుహూ-కుహూ అంటూ శబ్ధం చేస్తుంది. అపుడు గుడ్డు లోపల పిల్ల తయారై గుడ్డు నుండి బయటికి వచ్చిన పిల్లలు కళ్లు తెరుస్తాయి. అపుడు ఆ పక్షి మళ్లీ కుహు-కుహు అని అరచి పిల్లలను జాగృతి చేస్తుంది. అదేవిధంగా మహాత్ముల శబ్దాల ద్వారా, ఇచ్ఛాశక్తి ద్వారా, సంకల్పం ద్వారా భక్తులలోని జ్ఞాన సంస్కారాన్ని జాగృతం చేస్తారు. ఇదే సద్గురువు యొక్క అగమ్యలీల. అదేవిధంగా స్వప్నాలలో కూడా దర్శనమిచ్చి వారిలోని శక్తిని జాగృతి చేస్తారు.

మేఘాల నుండి జలధార ఏ విధంగా అంతటా సమానంగా వర్షిస్తుందో, అదే విధంగా యోగి పురుషులు సమాధి స్థితిలో

ధీరామృతమును వర్షింప చేస్తూ జడ జీవులను ఉద్ధరింపచేస్తారు. ఒక దీపం అనేక దీపాలను వెలిగించినట్లు సద్గురువు కృపామృత దృష్టి ద్వారా తనలోని ఆత్మశక్తితో శిష్యులలోని ఆత్మశక్తిని (కుండలినీ శక్తిని) జాగృత పరచడమునే శక్తిపాతము అని అంటారు. ధర్మావస్థను పొందిన యోగుల నుండి ధర్మామృత ధార వర్షిస్తుంది కనుకనే దీనిని "ధర్మమేఘ సమాధి" అన్నారు.

సద్గురు కృపాదృష్టి ద్వారా సాధకులలో శక్తిపాతం జరిగిన తరువాత వారిలో జరుగు మార్పులు విచిత్రమైన లక్షణాల గురించి "శక్తిపాత యోగరహస్యం" అను గ్రంథంలో **(45, 88, 91** పేజీలు) శక్తిపాతం గురించి వివరించబడింది.

కుండలినీ శక్తి అనగా (చిత్త శక్తి విలాసము నుండి) ఆదిశక్తి లేదా విశ్వవ్యాప్తమైన ప్రాణశక్తి ప్రతి ఒక్కరి మూలాధార చక్రంలో సుప్తావస్థలో సర్పాకారంలో చుట్టుకొని వుంటుంది. ఇది జాగృతమైప్పుడు సూక్ష్మ రూపంలో వున్న మధ్యనాడీ సుషుమ్నలో చక్రాలను ఛేదిస్తూ ఊర్ధ్వ ముఖంగా ప్రయాణం చేస్తుంది. ఆ సమయంలో అనేక యౌగిక క్రియలు సంభవిస్తాయి. వీటివల్ల శరీరం పూర్తిగా శుభ్రపడుతుంది. కుండలినీ ఊర్ధ్వ ముఖంగా పయనించి బ్రహ్మ రంధ్రంలో వున్న ఆధ్యాత్మిక కేంద్రమైన సహస్రారంలోకి ప్రవేశిస్తుంది. అపుడు ఆత్మ పరమాత్మను కలుసుకుంటుంది.

కుండలినీ శక్తి జాగృతి అయిన తర్వాత శరీరం గోళాకారంగా (ఒక్కొక్కరికీ ఒక్కో రకంగా లక్షణాలు కలుగుతాయి) తిరగడం, ముందుకు వెనుకకు ఊగడం, వివిధ రకాలుగా శబ్దాలు ఉచ్ఛరించడం, నవ్వడం, ఏడ్వడం, నిద్రలోకి జారడం, శరీరం వణకడం, మూర్ఛ రావడం, శరీరం వెనుకకు లేదా ముందుకు పడిపోవడం, చెమటలు రావడం, రోమాంచితం కావడం, ప్రసన్నం కావడం, దేవతలు, దృశ్యాలు కనపడటం, యోగాసనాల గురించి ఏమాత్రం

తెలియకున్నను యోగముద్ర, శీర్షాసనము, దీర్ఘ కుంభకము వంటి ఆసనాలు వేయగలుగుతారు. సాధకుడు కవితలు రాయగలుగుతాడు. గ్రంథాలను వ్రాయడం, అనర్ఘలంగా ధైర్యంగా మాట్లాడగలుగుతాడు. భూత, భవిష్యత్, వర్తమానాలను సాధన ద్వారా తెలుసుకోగలుగుతాడు. శబ్ద, స్పర్శ, రూప, రస. గంధాల అనుభవం కలుగుతుంది. వేదజ్ఞానాన్ని అర్థం చేసుకోగలుగుతాడు.

ధ్యానసాధన ద్వారా ఆత్మానుభవం కలిగి ఆత్మజ్ఞానాన్ని పొందగలుగుతాడు. నాడీ శుద్ధి కాబడి షడ్వికారాలు నశించబడతాయి. ప్రాణవాయు గతి ఊర్ధ్వం వైపు నడిచినపుడు సాధకులకు ఇటువంటి అనుభవాలు కలుగుతాయి.

నాడీ శుద్ధపడి అనేక ప్రకారాల అంగవికృత క్రియలు జరుగుతాయి. ముఖ కవలికలను అర్థం చేసుకోవడం, అంగాలను మర్ధించడం, కంటి గుడ్లు గిరగిరా తిరగడం, చేతులు కాళ్లూ విసరడం, వెల్లకిలా పడడం, పరుగెత్తడం, అటూ ఇటూ తిరగడం, ఎడమ నుండి కుడివైపు, కుడి నుండి ఎడమ వైపు శరీరాన్ని తిప్పడం, ముక్కు కళ్లను నేలపై రాయడం, నృత్యం చేయడం, కప్పలాగా గెంతడం, పిచ్చివాడిలాగా, తాగినవాడిలాగా, ఉన్మాదిలా ఉండడం, దయ్యం పట్టిన వాడివలె శారీరక క్రియలు చేయడం, ఇత్యాది క్రియలు ప్రాణవాయు గతి ఊర్ధ్వం వైపు నడిచినపుడు సాధకులలో వాటంతట అవే జరుగుతాయి (352 పుట).

మనసు ఆనందంతో పరవశమొందుతుంది. నానా రకాల క్రియలు అనుభవంలోకి వస్తాయి. అందువల్ల పూర్వ సంస్కారము లేక పాప నాశనము కావించబడి ఆత్మప్రాప్తి వైపు పయనించగలుగుతాడు. సద్గురువు కృపపొందిన సాధకుడు అనగా స్త్రీ కాని, పురుషుడు కాని, ఎవరైనా కాని పై లక్షణాలు ప్రతి ఒక్కరిలో క్రమక్రమంగా ప్రస్ఫుటం అవుతాయి. మానవమాత్రుల్లో ఈశ్వర్య జ్ఞానాధికారి ఉండటం వల్ల

ప్రజ్వలిస్తున్న అగ్నిలో చందనపు కట్టెలు, సుగంధపు కట్టెలు కాని, ఇతర రకాల కట్టెలు వేసినా కూడా చివరకు అగ్ని తనలో అన్నింటిని లీనం చేసుకుంటుంది. ఏమీ మిగలకుండా అన్నింటిని భస్మం చేస్తుంది. అదేవిధంగా సిద్ధమహా యోగం ద్వారా ఉత్పన్నమైన అంతరాగ్ని సర్వ పాపాలను నాశనము చేసి సాధకుడిని బ్రహ్మ రూపంలో కలిసిపోయేట్లు చేస్తుంది.

నదులు అన్ని వచ్చి సముద్రం లో
కలుస్తూ ఉన్నట్టు గానే
మనుషులు కూడా తమ తోటి
వారి ని కలుపుకు పోవాలి,
ప్రేమ తత్వం తో మెలగాలి.
అప్పుడే ఈ సమాజంలో శాంతి నెలకొంటుంది.

18. పాపం - పుణ్యం

వాసనేచా సంగ్ జావూ నకో మనా

పహో త్యా రావణాచీ కశీజాలా

భావం : "ఓ మనసా ఆశలు కోరికల వెంట పరుగెత్తకు

చూడు చివరకు రావణుడి గతి ఏమైందో"

రామాయణం గురించి అందరికి తెలుసు. సీతను అపహరించడం వల్ల తన రాజ్యాన్ని, తన ప్రజలను, పరివారాన్ని చివరకు తన ప్రాణాలను సైతం పోగొట్టుకున్నాడు రావణుడు. సీతను అపహరించడం పాపమని తెలిసిన గర్వాంధకారంతో తప్పు చేసి పాపాన్ని మూట కట్టుకున్నాడు.

బంధాన్ని మరిచి తన సోదరియైన దేవకీ వసుదేవుల సంతానాన్ని హత్య చేసిన కంసుడు చివరకు మేనల్లుడైన కృష్ణుడి చేతిలోనే చావును కొనితెచ్చుకున్నాడు. అది పాపమని తెలిసి కూడ అహంకారబలంతో విర్రవీగి పాపపు మూటను నెత్తిన వేసుకున్నాడు.

సోదరులమనే బంధాలను మరిచి వైరాన్ని పెంచుకున్న కౌరవుల గతి ఏమైంది? చివరకు పాండవుల చేతిలో ఓడిపోయి బంధుమిత్రులు, రాజ్యమే కాకుండ తమ ప్రాణాలను సైతం బలి ఇవ్వాల్సి వచ్చింది ధర్మయుద్ధంలో.

దానగుణం కల్గిన సత్యహరిశ్చంద్రున్ని పరీక్షించిన విశ్వామిత్రుడు చివరకు ఏమయ్యాడు? కొన్ని వేల సంవత్సరాలు తపస్సు చేసి సంపాదించిన ధ్యానశక్తిని సర్వం కోల్పోయాడు సత్యాన్ని పరీక్షించబోయి.

తన కంటే ఎవరూ గొప్పవారు కాదు అనే అహంతో విశ్వామిత్రుడు సత్యాన్ని పరీక్షించి పాపం చేసాడు కాబట్టి శిక్షను అనుభవించాడు.

ఇలా ఎన్నో పురాణాల ఇతిహాసాల ద్వారా కథల ద్వారా అర్థమయ్యేది ఒక్కటే. మనం చేసే పాపకర్మల ద్వారా దుఃఖాలు, బాధలు, శిక్షలు అనుభవించాల్సి వస్తే పుణ్యకర్మల ద్వారా శాంతి, ఆనందం, సంతోషం, ప్రశాంతత లభిస్తుంది. పాపకర్మలే శిక్షలు వేస్తాయి. వాటిని ఇక్కడే ఇపుడే అనుభవించాల్సి వస్తుంది. ఒకప్పుడు పెద్దలనేవారు ఈ జన్మలో చేసే పాపాలు వచ్చే జన్మలో అనుభవించాల్సి వస్తుంది.

మరి పైన చెప్పిన కథలలో రావణుడు, కంసుడు, కౌరవులు, విశ్వామిత్రుడు వారు చేసిన తప్పులు, పాపాలు అపుడే అనుభవించారు కాని మరో జన్మలో కాదు కదా!

కృతయుగంలో మంచి-చెడు రెండు లోకాల్లో ఉండేది దేవలోకం - అసురలోకం. త్రేతాయుగంలో మంచి-చెడు ఒకే లోకంలోకి ప్రవేశించాయి.

శ్రీరాముడికి రావణాసురుడికి మధ్య జరిగినది మంచి - చెడుల యుద్ధమే కదా!

ద్వాపరయుగంలో మంచి-చెడులనేవి ఒకే కుటుంబంలోకి ప్రవేశించాయి. కౌరవులు - పాండవుల మధ్య జరిగింది ధర్మయుద్ధమే కదా!

కలియుగంలో మాత్రం మంచి - చెడులనేవి ఒకే మనిషిలో నాణానికి ఇరువైపుల ఉన్నట్లు కొన్నిసార్లు మంచిగా, కొన్నిసార్లు చెడుగా ప్రవర్తిస్తాడు మనిషి.

పురాణాలలోని కథల ద్వారా మనం నేర్చుకున్నదేమిటి? కేవలం వాటిని వినడమే కాదు వాటిలోని నీతిని, సత్యాన్ని తెలుసుకోగలిగితే పాపాలు చేయకుండా ఉండగలిగితే కొంతవరకు సన్మార్గంలో నడిచినట్లే అవుతుంది. లేకపోతే అలనాటి పురాణ పురుషులు చేసినట్లే మనం కూడ పాపాలు చేసినట్లే అవుతుంది.

అసలు పాపం అంటే ఏమిటి?

పాపం ఎలా తగులుతుంది?

అందరికి ఈ సందేహాలు రావచ్చు. మంచి - చెడు, పాపం - పుణ్యం, తప్పు - ఒప్పులనేవి ప్రతి మనిషికి తెలిసిన పదాలే. వీటి గురించి తెలియని మనిషి లేడు లోకంలో.

ప్రతి మనిషి పాప పుణ్యాలను సమానంగా వెంటతెచ్చుకున్నాడు. కానీ తనని తాను మరిచి అన్నీ పాపాలు చేస్తూ స్వార్థపూరిత జీవితాన్ని గడుపుతూ వెంట తెచ్చుకున్న పుణ్యాన్ని ఖర్చు చేసి మరింత పాపాన్ని మూటకట్టుకొని మృత్యువాత పడుతున్నాడు. వెంట తెచ్చుకున్న పాపాన్ని పోగొట్టు కోవాలంటే సత్కర్మలు చేస్తూ తనని తాను తెలుసుకోగలిగితే పుణ్యం శాతం పెరిగి పాపం నశించిపోతుంది. ముక్తి మార్గాన్ని చేరుకోగలుగుతాడు. ఏది చేయాలన్నా మన చేతిలోనే ఉంది కదా!

సముద్రపు నీరు ఉప్పుగా, నదిలో నీరు తీయగా మరియు కాలువ నీరు దుర్గంధభరితమై ఉంటుంది ఎందుకు?

సముద్రపు నీరు అన్ని నదులని కలుపుకుంటుంది. ఎవ్వరి దాహం తీర్చదు. ఎవ్వరికీ ఉపయోగపడదు. అందుకే ఉప్పుగా ఉంటుంది. నదిలో నీరు ఎప్పటికీ ఆగకుండా ప్రవహిస్తూ తనని తాను శుభ్రం చేసుకుంటూ ఇతరుల దాహాన్ని తీరుస్తూ అందరి మలినాలను దూరం చేస్తుంది కనుకనే తీయగా ఉంటుంది. అదే మురికి కాలువ నీరు ఎటూ పారక ఒకే దగ్గర ఉండి దుర్గంధభరితమై తన దగ్గరకు ఎవ్వరినీ రానివ్వకుండా చేసుకుంటుంది. దీనిని మన జీవితానికి అన్వయిస్తే గనుక సాగరం వలే ఇవ్వడానికి బదులు సమకూర్చుకోవడం మొదలుపెడితే మనసులో ఉప్పు వలె మలినాలు పేరుకుపోతాయి. నది వలె సత్కర్మలు చేస్తూ ఇతరులకు ఉపయోగపడే విధంగా సాగినట్లయితే జీవితం కూడా ఆనందమయం అవుతుంది. కాలువ వలె కర్మలు చేయడమే మానివేస్తే ఎవ్వరికీ పనికిరాకుండా జీవితమే నిష్ప్రయోజనమవుతుంది. అందుకే

నిరంతరం ఒకరికి ఉపయోగపడే విధంగా కర్మలు చేస్తూ ఉంటేగనుక నీ దగ్గర ఉన్నంతలో ఇతరులకు పంచడం నేర్చుకోగలిగితే మనసు ప్రసన్నంగా ఉండగలగుతుంది.

చెడు చేయడం పాపమైతే మంచి చేయడం పుణ్యమే కదా! తెలిసి తప్పు చేయడం పాపం. అబద్ధం ఆడటం పాపం. ఒకరిని హింసించడం పాపం. ఒకరి మనసు నొప్పించడం పాపం, ఒకరిని నిందించడం పాపం. అయినపుడు ఎవరిని బాధపెట్టకపోవడం, ఎవరిని హింసించకపోవడం లాంటివన్నీ పుణ్యాలే కదా!

ప్రతి రోజు మనం వింటుంటాం. పిల్లలకు మనమే చెబుతుంటాం. అది చేయకూడదు. ఇది చేయకూడదు, అలా చేస్తే పాపం తగులుతుందని అంటారు కాని ఆ పాపం ఎలా తగులుతుంది? ఒక్కసారి ఆలోచించి చూడండి. అందరికి తెలుసు తప్పులు చేయడం పాపమని, అయిన ఆ పాపానికి ఎవరూ భయపడటం లేదు. పాపాలు చేస్తున్నారు శిక్షలు అనుభవిస్తున్నారు. ఏ పాపానికి ఏ శిక్ష అనేది ఎవరికి అర్థం కాదు.

సత్యమును తమ బాటగా ఎంచుకొని సత్యమార్గములో నడిచి చిరస్మరణీయులుగా నిలిచారు ఎందరో మహాత్ములు, యుగపురుషులు, మహానుభావులు, మహా పురుషులు.

మహాత్ములు పదే పదే చెప్పేవారు పాపాలు చేయకండి శిక్షలు అనుభవించాల్సి వస్తుందని. ఇపుడు నేను కూడ అదే చెబుతున్నాను ఒక తప్పు చేస్తే దానికి వడ్డీతో సహా శిక్షపడుతుందని మరిచిపోకండి. ఎవరిని బాధపెట్టకండి. భూతదయ చూపండి. కసాయికి తెలుసు తాను చేసే పని పాపమని. కుటుంబ పోషణకై చేస్తున్నాననుకుంటాడు కాని ఆ పాపంలో భాగం కుటుంబం పంచుకోదని తెలియక చేస్తాడు. బోయవాడికి తెలుసు తాను చేస్తున్నది తప్పని, దొంగకు తెలుసు తాను చేస్తున్నదని తప్పని పట్టుబడితే శిక్షపడుతుందని తెలుసు అయినా చేస్తాడు. దీనికి కారణం పాప భీతి లేకపోవడమే కావచ్చనిపిస్తుంది. జరిగినపుడు చూద్దాంలే అని తేలికగా తీసుకోవడం కావచ్చు.

అలనాడు జరిగిన కథలు నిజం కాలేదా! మహాత్ముల వచనాలు నిజం కాదా! పాపాలు జరిగాయనే కదా ధర్మాన్ని నిలబెట్టడానికి కృష్ణుడు ధర్మయుద్ధం చేయించాడు. అందుకే మహాత్ముల వచనాలను మీ కళ్లముందుంచి మిమ్మల్ని సావధాన పరుస్తున్నాను. డబ్బులకు ఎలా వడ్డీలు వసూలు చేస్తారో పాపపు సంపాదనకు శిక్షలనే వడ్డీలు సమర్పించుకోవాల్సి వస్తుంది.

మనకు కలిగే దుఃఖాల ద్వారా మనకెంత బాధ కలుగుతుందో అంతే బాధ ఇతరులకు కలుగుతుందని తెలుసుకోగలిగితే చాలు. అందుకే మహాత్ములంటారు.

"జే జే దుఃఖ పరేదేహి తేతే సర్వే దుఃఖపాహి"

భావం : ఎంతటి దుఃఖాన్ని మనం అనుభవిస్తామో, అలాగే ఇతరుల బాధలను అర్థం చేసుకోవాలి.

అధర్మాలెన్ని చేసిన చివరకు ధర్మమే జయిస్తుంది,
అసత్యాలెన్ని పలికిన చివరకు సత్యమే నిలుస్తుంది,
అవినీతిని అందలమెక్కించిన చివరకు నీతియే గెలుస్తుంది.

నిప్పును దాచిన గడ్డి చివరకు తానే కాలి బూడిదవుతుంది. అదే విధంగా నిజం కూడ నిప్పులా మనల్ని దహించి వేస్తుంది. ఇదంతా నేనెందుకు చెబుతున్నానంటే తప్పు చేసిన వారందరు ఎలా శిక్షలు అనుభవించారో పురాణాలు కథల రూపంలో ఎన్నో చెప్పాయి. నా కళ్ళ ముందు జరిగిన ఎన్నో సంఘటనలు, వాటి శిక్షలు ఎలా అనుభవించారో ఇవన్నీ చూస్తూ వచ్చాను. అందుకే అనుభవంతో చెబుతున్నాను.

మహాత్ములు సత్యపాలనా నిరతులుగా ఉంటారు. వారిని నిందించడమంటే సత్యాన్ని నిందించినట్లే అవుతుంది.

"సాధు సంతాచి నిందా కేళీ
త్యాచా వాచా పంగూ ఝాలీ"

భావం : సాధు సంత్ మహాత్ములను నిందించిన వారి నోరు మూగపోతుందని భావార్థం.

మహాత్ముల వచనాలు శస్త్రాల కంటే పదునైనవిగా ఉంటాయి. రాజులు శస్త్రాలతో యుద్ధం చేసి ధర్మాన్ని నిలబెడితే, మహాత్ములు జ్ఞాన వచనాలను శస్త్రాలుగా మార్చి ధర్మాన్ని కాపాడతారు. పాపాలు చేయకుండ ప్రతి ఒకరిని మార్చే ప్రయత్నం చేస్తారు. మనల్ని సన్మార్గము వైపు నడిపించే ప్రయత్నం చేస్తారు. ఒక వ్యక్తి మాట్లాడుతుంటే అందరూ అతడి మాటలు మాత్రమే వినరు. వారి వెనుక ఉన్న శక్తిని, నిజాయితీని చూస్తారు. నిజాయితీ గల వ్యక్తి మాట్లాడితే ప్రపంచమే కదులుతుంది. అతడు చెప్పే మాటలు అందరి ఆత్మలను ఆకర్షిస్తాయి. వారికి అతీంద్రియ జ్ఞానం ఉంటుంది.

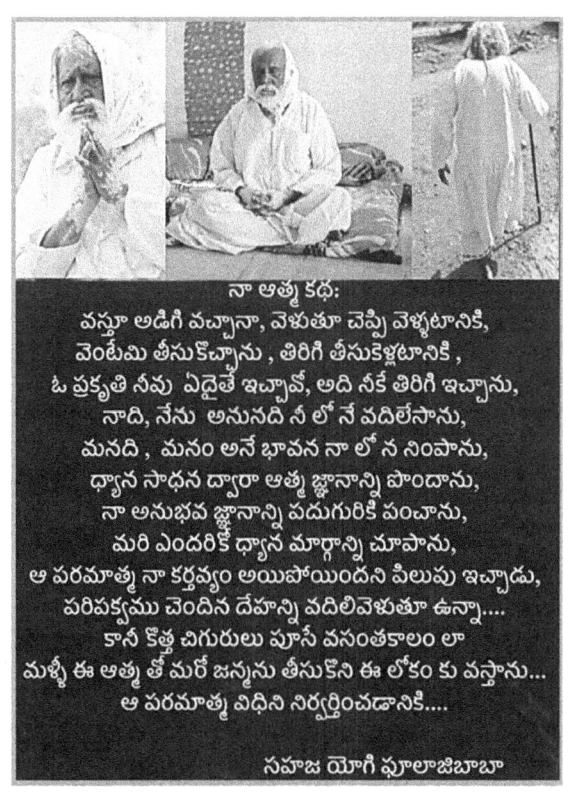

నా ఆత్మ కథ:
వస్తూ అడిగి వచ్చానా, వెళుతూ చెప్పి వెళ్ళటానికి,
వెంటేమి తీసుకొచ్చాను , తిరిగి తీసుకెళ్లటానికి ,
ఓ ప్రకృతి నీవు ఏదైతే ఇచ్చావో, అది నీకే తిరిగి ఇచ్చాను,
నాది, నేను అనునది నీ లో నే వదిలేసాను,
మనది , మనం అనే భావన నా లో న నింపాను,
ధ్యాన సాధన ద్వారా ఆత్మ జ్ఞానాన్ని పొందాను,
నా అనుభవ జ్ఞానాన్ని పదుగురికి పంచాను,
మరి ఎందరికో ధ్యాన మార్గాన్ని చూపాను,
ఆ పరమాత్మ నా కర్తవ్యం అయిపోయిందని పిలుపు ఇచ్చాడు,
పరిపక్వము చెందిన దేహాన్ని వదిలివెళుతూ ఉన్నా....
కానీ కొత్త చిగురులు పూసే వసంతకాలం లా
మళ్ళీ ఈ ఆత్మ తో మరో జన్మను తీసుకొని ఈ లోకం కు వస్తాను...
ఆ పరమాత్మ విధిని నిర్వర్తించడానికి....

19. యజ్ఞం

అసలు యజ్ఞమంటే ఏమిటి?

యజ్ఞము యొక్క వాస్తవిక స్వరూపమేమిటి?

దాని ఫలస్వరూపానికి ఆధారమెక్కడుంది?

ఆలోచించే ప్రతి మనిషిలో ఈ ప్రశ్నలు రావడం సహజం.

పూర్వం ఋషులు, మునులు యజ్ఞాలు చేసేవారు. వారి తపస్సు నిర్విఘ్నంగా సాగడానికి వాతావరణాన్ని శుద్ధ పరిచే ప్రక్రియలో భాగంగా వేప, చందనం, రావి, మర్రి చెట్ల కొమ్మలను యజ్ఞాలలో కాల్చేవారు. వాటి ద్వారా వెలువడే పొగ కలుషిత వాయువును శుద్ధిపరచడమే కాక విషాహార క్రిమికీటకాదులను నశింపచేసేవి.

మనమున్న స్థలం దుర్గంధభరితమైనపుడు అత్తరుగాని, అగర్‌బత్తులు గాని వెలిగించినపుడు ఆ సువాసనల ద్వారా దుర్గంధం పోయి నలువైపుల సుగంధం వ్యాపిస్తుంది. ప్రాణవాయువు శ్వాసరూపంలో లోనికి వెళ్ళి దేహాన్ని శుద్ధి చేస్తుంది. అంతటి ప్రాణవాయువు నందించే వాతావరణం స్వచ్ఛంగా ఉండటానికి వారు ఇటువంటి యజ్ఞాలు చేసి అటు తరువాత యోగాభ్యాసాన్ని కొనసాగించేవారు.

అన్నాద్భవంతి భూతాని పర్జన్యాదన్న సంభవః
యజ్ఞాద్భవతి పర్జన్యా యజ్ఞః కర్మ సముద్భవః
కర్మ బ్రహ్మోద్భవం విద్ధి బ్రహ్మా క్షేర సముద్భవం
తస్మాత్సర్వ గతంబ్రహ్మా నిత్యం యజ్ఞో ప్రతిష్టితం. (క. 14.15)

ప్రాణులు అన్నం నుండి, అన్నం మేఘం నుండి, మేఘం యజ్ఞం నుండి, యజ్ఞం కర్మ నుండి, కర్మ బ్రహ్మ నుండి, బ్రహ్మ (ప్రకృతి) అక్షరమైన పరమాత్మ నుండి ఉద్భవిస్తున్నవి. ప్రకృతి యావత్తు యజ్ఞాల్లో ప్రతిష్ఠితమై ఉంది. (భారతీయ తత్వ శాస్త్రము - 157 పేజీ నుండి)

(గీత-4.24) జగత్తు బ్రహ్మ స్వరూపం. బ్రహ్మ భావము కలిగి ఏకాగ్ర చిత్తముతో చేయుకర్మ కర్మగా కాక ధ్యానముగను, సమాధిగను మారిపోవును. సంచితాది కర్మ అంతయు జ్ఞానకుండములో ఆహుతి అయిపోవును. చిత్తమందు బ్రహ్మభావన దైవభావన కలిగి చేయు కర్మ యజ్ఞముగ మారిపోవును. శ్రీకృష్ణ పరమాత్మ ఎంత చక్కగా వివరించారు. "జ్ఞానకుండములోన కర్మలను ఆహుతి చేయమని చెప్పాడు గాని ద్రవ్యములను యజ్ఞములో ఆహుతి చేయమని చెప్పలేదు."

ద్రవ్య త్యాగమును యజ్ఞముగా చెప్పారు కాత్యాయన ముని శ్రోత సూత్రములో (2-2-2)

భారతీయ సంస్కృతి ఔర్‌సాధన (హిందీ) గ్రంథము (గోపినాథ్ కవిరాజ్)లో యజ్ఞము గురించి ఈ విధంగా వివరించబడింది. (యజ్ఞ రహస్యమును అధ్యాయము నుండి)

జిస్ కర్మ్‌సే శుద్ధీ - దేహ్‌శుద్ధీ, ఇంద్రియ శుద్ధీ, అహంకార శుద్ధీ ఔర్ చిత్తశుద్ధీ హెూతీ హై। జిస్ కర్మ్ కా ఫల్ స్వార్థ్ నహీ పరార్థ్ హై. జిస్ కర్మ్‌సే నయా ఆవరణ్ నహీ బన్‌తా, బల్కి పహలే కా ఆవరణ్ క్షీణ్ హెూజాతా హై. జో మార్గ్ జీవ్ కో క్రమషః కళ్యాణ్ కా మార్గ్ మే అగ్రసర్ హెూనే మే సహాయతా దేతా హై. ఔర్ అంత్ మే మహాయజ్ఞ్ తక్ ప్రాప్త్ కరాతా హై వహీ యజ్ఞ్ హై. ఇసీలియే గీతా మే నిష్కామ్ భావ్ సే కియా గయా ఫలాకాంక్ష రహిత్ యోగస్థ్ కర్మ్ యా స్వభావ్ సిద్ధి హి యజ్ఞ్ హై.

ఎట్టి కర్మచే శుద్ధి, దేహశుద్ధి, ఇంద్రియ శుద్ధి, అహంకార శుద్ధి మరియు చిత్తశుద్ధి అవుతుందో ఏ కర్మ ఫలం స్వార్థం కాక

నిస్వార్థమవుతుందో, ఎట్టి కర్మ వల్ల కొత్త ఆవరణగాక మునుపటి ఆవరణను క్షీణం చేస్తుందో, ఏ మార్గం జీవుని మెల్లగా గమ్యానికి చేర్చుటకు దారి చూపుతుందో చివరకు దివ్యజ్ఞానాన్ని ప్రసాదిస్తుందో అదే నిజమైన యజ్ఞము. అందుకే గీతలో నిష్కామ కర్మయె ఫలాపేక్షలేని యోగస్థ కర్మను యజ్ఞమని చెప్పారు. ఇతర బంధాలన్ని బంధనాలు కలిగిస్తాయి.

మంచి - చెడుల మిశ్రమమే ఈ జగత్తు. త్యాగం చేయడం గ్రహించడం కర్మ యొక్క రెండు అంగాలు. చెడును త్యాగం చేసి మంచిని గ్రహించడమే యజ్ఞ రహస్యం.

కుండలినీ శక్తి జాగృతము కానంత వరకు యోగక్రియ ఏ విధంగా సిద్ధించదో అదే విధంగా హెూమాగ్ని ప్రజ్వలించనంతవరకు యజ్ఞ కార్యం కూడ సిద్ధించదని యజ్ఞరహస్యం చెబుతున్నది. హెూమాగ్ని అనగా చైతన్యము లేక ప్రాణాయామము (179 పేజీ) అన్ని ప్రకారాల యజ్ఞాలలో ఆత్మయాగమే శ్రేష్టమైనది.

రెండు కట్టెల రాపిడి వల్ల అగ్నిని పుట్టించవచ్చు. ఇది బాహ్య అగ్ని, అంతరాగ్నిని ప్రజ్వలింప చేయడానికి ధ్యానసాధనతో శోధించవచ్చు.

కర్మరాశి అంతయు జ్ఞానాగ్ని కుండములో ఆహుతి యగును.

దేవతారాధన, దేవతోపాసన ఇత్యాదివి దైవయజ్ఞము. (1)

విచారణ చేత, పవిత్రతచేతను చిత్తమును ఆత్మయందు లీనంగావించడం బ్రహ్మయజ్ఞము. (2) (4.25)

ఇంద్రియ నిగ్రహరూప సాధన ఒక యజ్ఞము 4.26 (3)

విషయ త్యాగము ఇది ఒక రకమైన యజ్ఞము. (4)

ధనమును వస్తువులను దానము చేయుట కూడ ఒక యజ్ఞమే. ఇది ద్రవ్యయజ్ఞము (5)

వ్రత, ఉపవాసాలు, ఇంద్రియాలు, మనసును స్వాధీనపరుచుట కొరకు చేసే క్రమము కూడ ఒక యజ్ఞమే. అదే తపోయజ్ఞము. (6)

అష్టాంగ యోగం నియమాలు కూడ ఒక యజ్ఞమే. అది యోగ యజ్ఞము (7)

స్వాధ్యాయ జ్ఞాన యజ్ఞము (8)

జ్ఞాన యజ్ఞము (9)

ఇతర యజ్ఞముల కంటే జ్ఞాన యజ్ఞము సర్వ శ్రేష్ఠం (4.33)

ప్రాణాయామము కూడ ఒక యజ్ఞమే (10)

మనో నిగ్రహ యజ్ఞము (11) ఇంద్రియముల యొక్క వ్యాపారములన్నింటిని జ్ఞానముచే ప్రకాశింప చేయబడిన 'మనో నిగ్రహ' యోగమను అగ్ని యందు ఆహుతి చేయడం.(4.27).

ఆహార నియమము ఒక యజ్ఞమే. (4.30) ఆహారము మితముగను సాత్వికముగను, న్యాయార్జితముగను, భగతర్పితముగను, నియమిత కాల సేవితముగను ఉండవలెను. (ఇవి గీతా మకరందంలోని 12 యజ్ఞములు)

ఆహారము సాత్వికంగా ఉన్నపుడే మనసు సాత్వికమవుతుంది. మనసు శుద్ధముగ వున్నపుడే మోక్షప్రాప్తి చేకూరుతుంది. ఇట్టి యజ్ఞసాధనల ద్వారా పాపహరణము, పాపము నశించినచో చిత్తము శుద్ధమగును. చిత్తము శుద్ధమైనచో ఆత్మజ్ఞానము లభించును.

ఆత్మజ్ఞానముదయించనిచో మోక్షరూప పరమశాంతి లభించదు.

చిత్తశుద్ధి పొందవలయునన్న ఇట్టి యజ్ఞములు చేయాలి. ఈ జ్ఞానాన్ని పొందడానికి సద్గురువు మార్గదర్శకము ఎంతో అవసరమని శ్రీకృష్ణ భగవానుడు ఈ క్రింది శ్లోకములో (4.34) వివరించారు.

తద్విద్ధి ప్రణిపాతేన పరిప్రశ్నేన సేవయా

ఉపదేక్ష్యన్ని తే జ్ఞానం జ్ఞానినస్తత్వ దిర్శినః

ఓ అర్జునా! అట్టి జ్ఞానమును నీవు తత్వవేత్తలగు జ్ఞానులకు సాష్టాంగ నమస్కారము చేసియు సమయము చూసి వినయముగ ప్రశ్నించియు సేవచేసియు వారి వలన నెరుంగుము వారు తప్పక నీకు ఉపదేశింపగలరు.

తత్వవేత్తలగు జ్ఞానపుంగవుల వలన జ్ఞానము లభించును వేదాంతుల వలన కాదు. పరమాత్మ తత్వమును ప్రత్యక్షముగ అనుభవము పొందిన వారు మాత్రమే ఈ జ్ఞానాన్ని అందించగలుగుతారు. వేదాంతమును బోధించువారు, శాస్త్ర పాండిత్యము కలవారు ప్రపంచములో చాలా మంది ఉండవచ్చు గాని ఆత్మానుభవము భోదించువారు చాలా అరుదు అట్టి అనుభవజ్ఞుల వాక్యమునకే లోకమున విలువ యుండును.

ఎంతో కష్టపడితే గాని ఆస్తిపాస్తులు, ధనము, అధికారము మొదలగునవి లభిస్తాయి. కాని ఒకింత పరిశ్రమచే, సాధనచే, ఇంద్రియ నిగ్రహముచే, ఆత్మావలోకమునచే, భక్తిచే బ్రహ్మాండమునంతటిని చూడగలుగుతున్నాడు మనిషి. అందుకే మహనీయుల దర్శనముతో ఈ జన్మయందే ఆత్మజ్ఞానమును సముపార్జించవచ్చు. సముద్రమెంత విశాలంగా ఉన్నప్పటికిని ఒక చిన్న తెప్పచే సముద్రమును దాటినట్టు జ్ఞానప్రాప్తి వలన సంసార సాగరమును సులభంగా దాటగలరు.

ప్రజ్వలింప చేయబడిన అగ్ని కట్టెలను ఏ విధంగా బూడిదగా మార్చునో అదే విధంగా జ్ఞానమను అగ్ని సమస్త కర్మలను భస్మీపటలము చేయును. **(4.37)**

జ్ఞానయజ్ఞమును ఈ దేహంలోనే చేయమన్నారు పాపకర్మలన్నింటిని జ్ఞానాగ్నిలోన ఆహుతి చేయమన్నారు.

ఈ ప్రపంచమున పవిత్రములైన వస్తువులెన్ని వున్నను వాటన్నింటి కంటె పవిత్రమైన జ్ఞానము మనిషిని పునీత మొనర్చుటలో జ్ఞానమునకు మించినది మరొకటి లేదు. స్థూల దేహానికి పట్టిన మాలిన్యమును సబ్బు, సీకకాయ, కుంకుడుకాయ, నీరు మొదలైన వస్తువులతో కడుగవచ్చు. చిత్తమునకు పట్టిన మాలిన్యమును కర్మ, ఉపాసన, ధ్యానము, యోగము, జ్ఞానములను సాధనల ద్వారా దూరం చేయవచ్చు.

శ్రీకృష్ణ పరమాత్మ ఎంత స్పష్టముగా వివరించారు. చిత్తమునకు పట్టిన మాలిన్యమును నిష్కామ కర్మలు చేయుచూ స్వప్రయత్నము

చేతనే జ్ఞానము పొందవచ్చునని, తన హృదయమందే పొందవచ్చునని స్పష్టముగ తెలిపినారు. ధ్యానసాధన ద్వారా కర్మయోగసిద్ధిచే తనయందే కాలక్రమమున లభించునని చెప్పుట సత్యమైనపుడు బాహ్య పూజలు, వ్రతాలు, చెప్పలేదు కదా! అంతరంగిక ధ్యానం ఇంద్రియ నిగ్రహం, చిత్తశుద్ధి, నిర్మలత్వమును సముపార్జించి ఆత్మజ్ఞానమును పొందవచ్చునుగాని ఇతర కర్మలు జ్ఞానాన్నివ్వలేవు.

ఎటువంటి సాధనలు చేయడం వల్ల ఆత్మజ్ఞానము లభిస్తుందో గీత మనకు బోధిస్తున్నది. ఈనాడు నేను గీత వచనములనే ఉపదేశిస్తున్నాను. వాటికి విరుద్ధంగా ఏమియు చేయమని చెప్పడం లేదు. మహాత్ముల వచనాలు సాక్ష్యాలుగా నిలుస్తున్నాయి. వశిష్ట మహర్షి శ్రీరామ చంద్రుడికి మనోయజ్ఞమును చేయమని చెప్పెను కాని ఇతర యజ్ఞాలు కావు.

గ్రంథాలు కళ్లకు కట్టినట్లు వివరించిన కూడ బాహ్యపూజల వ్యామోహంలో పడి మనల్ని మనం మరిచి పోతున్నామనిపిస్తుంది. హృదయ మందిరములోని ఆత్మను దర్శించమని చెప్పిన కృష్ణుడి వచనాలను ప్రక్కకుపెట్టి మనం నిర్మించుకున్న మందిరాలలో భగవంతుడిని వెతుకుట ఎంతవరకు సమంజసం.

జ్ఞానరూప యజ్ఞముతో భగవత్సాక్షారము పొందవచ్చు. యజ్ఞాలు అనేక రకాలున్నా మనం మాట్లాడే మాట కూడ యజ్ఞమే. నోట్లోంచి వెలువడే ప్రతిమాట ప్రతి అక్షరం ఒక మంత్రం కావాలి.

పుష్పం ఏ విధంగా అందరిని ఆకర్షిస్తుందో, తన సువాసన భరితమైన గుబాళింపుతో ఎలా పలకరిస్తుందో, అదేవిధంగా మన నోటి నుండి వెలువడే ప్రతి మాట మరొకరిని సంతోషపరచేదిగా, నొప్పించకుండ ఉండగలిగితే పుష్పం వలె మనము ఆకర్షించబడతాము. మాటే ఒక యజ్ఞంలా మార్చుకోగలిగితే మనసా, వాచా, కర్మనా మనం చేసేదంతా మహా యజ్ఞమే అవుతుంది. బాహ్య యజ్ఞం ఎంత

అవసరమో అంతకంటే ముఖ్యం అంతర్‌యజ్ఞం చేయగలిగితే మనల్ని మనం పూర్తిగా మార్చుకోగలుగుతాము.

ఒక అందమైన పుష్పాన్ని అందరు ఇష్టపడతారు. అదేవిధంగా ఇతరుల పట్ల సానుభూతి, మంచితనం, ప్రేమ పెంపొందించుకుంటే మనం కూడ ఒక ఆకర్షణీయమైన పుష్పం లాగ తయారుకావచ్చు. పూవులోని అందంలా మన మనసు స్వచ్ఛంగా ఉంటే చాలు.

ఈ సృష్టిలోని అన్ని జీవరాశులను ఆ పరమాత్మ
వారి వారి కర్మలను అనుసరించి నేల పై సృష్టిస్తాడు.
అందులో అన్నింటి కంటే భిన్నమైనది మానవ జన్మ.
ఏ ఇతర జీవులలో లేని సుగుణాలను మానవులకు
ఇచ్చాడు ఆ పరమాత్మ.పుట్టుక కోసమో , మరణం కోసమో
ఈ శరీరం వచ్చినట్లు భావిస్తారు అందరూ,
కానీ నీకు ఇచ్చిన శరీరం తోనే ముక్తిని సాధించి ,
జీవన పరమార్థం నెరవేర్చు కోవాలి అంటారు సద్గురువులు.
అందరూ ముక్తిని సాధించనూ లేరు.
దానికి ఎంతో ధ్యాన సాధన కావాలి.
సాధన ద్వారా నీ అంతరంగ ప్రయాణం మొదలవుతుంది.
నీ కళ్ళు ధ్యానం కోసం మూసినపుడు,
అంతర్నేత్రం తెరుచుకోవాలి.
సప్త వర్ణాల ఇంద్రధనస్సు నీ హృదయం లో వికసిస్తుంది.
శరీరం ఒక ఊబి వంటిది,
అందులో కురుకు పోతే బయటికి రావటం కష్టం.
ఎన్నో జన్మలు అందులోనే ఉన్నాము,
ఇప్పుడైనా ఈ శరీరం నాది, నేను అనే భావనను వదిలి
ఆత్మ వైపు పయనించగలిగితే నను నడిపించే చైతన్యం
ఆత్మ అని అర్థం అవుతుంది...

20. మోక్షం

'న మోక్షో నభసః పృష్టే పాతాళే నచ భూతలే
మోక్షో హి చేతో విమలం సమ్యజ్ఞాన విభోధితమ్" ॥ వశిష్టగీత ॥

మోక్షమనునది ఆకాశంలోగాని, పాతాళమందుగాని, భూతలమునగాని లేదు. 'సమ్యక్' జ్ఞానము వలన కలుగు నిర్మల చిత్తమే మోక్షమని అర్థం. కాబట్టి ప్రతివారును వారి వారి మనస్సును ప్రయత్నపూర్వకంగా నిర్మల మొనర్చి నిశ్చలస్థితి యందుండునట్లు చేసి, సమభావము కలిగియున్నచో ఈ క్షణమందే మోక్షమునొందవచ్చును. సంసారమును జయించవచ్చును.

మోక్ష మోల్యాపాఠీ హమాసీ హెూయిల్ ।
అసే జె మణతాత్ అతి మూర్ఖ్ ॥
దీప్ గేల్యావరీ కైచా జీ ప్రకాశ్ ।
జాంకా జాంకీ త్యాస్ కాసయాచీ ॥
జవవరీ దేహ్ ఆహే తవవరీ సాధన్ ।
కరూనియా జ్ఞాన్ సిద్ధ కరా ॥
గృహ దంగ్దానా హెూతే షింపిజే ఉదక్ ।
షేకితో నిష్టాంక్ కాయ్ కీజే ॥
ఆహే మీ హ కోణ్ కరావా విచార్ ।
మణే జ్ఞానేశ్వర్ నివృత్తీచా ॥ ॥ జ్ఞానేశ్వరీ ॥

భావం : మరణించిన తరువాత మోక్షం లభిస్తుందని చెప్పేవారు మూర్ఖులు. దీపమారిపోయిన తరువాత ప్రకాశముంటుందా? తరువాత తడబడితే లాభమేముంటుంది? దేహమున్నంత వరకే సాధన చేయవచ్చు. జ్ఞానాన్ని సముపార్జించవచ్చు. సంసార భవసాగరమును ఎంత ఎదురీదిన చివరకు మిగిలేది దుఃఖమే తప్ప మిగిలేది ఏమిలేదు.

అసలు నేనేవరిని, నేనెందుకు వచ్చాను. నేనేం చేయాలి? అని ఎవరికి వారు ప్రశ్నించుకోవాలని నివృత్తి నాథుడి శిష్యులైన జ్ఞానేశ్వర్ మహారాజ్ అంటున్నారు.

"దీపమున్నపుడే ఇల్లు చక్కబెట్టుకోవాలని" చెప్పిన పెద్దల మాటకర్థం ఇదే కదా!

'సత్య పురుషయోః శుద్ధి సామ్యే కైవల్యమ్'' గీతామకరందము లోని ఐదవ అధ్యాయములోని (410 పేజీ) కొన్ని వాక్యాలు చూద్దాం. శుద్ధత యందు, నిర్విషయమందు మనస్సు బ్రహ్మము తోటి సమానస్థాయి నెపుడందుకొనునో అదియె మోక్షస్థితియని అర్థము. మనసెపుడు నిర్మలమై క్రమముగా ఆత్మవలె (బ్రహ్మత్వము) అత్యంత శుద్ధత్వము, అత్యంత నిర్దోషిత్వము, అత్యంత సమత్వము నొందునో అపుడే మనుజుడు కైవల్యమును బడయునని భావము. మోక్ష ప్రాప్తికి అదియె సుముహుర్తం.

ఇంతటి నగ్న సత్యాలను గ్రంథాలలో చదువుతూ వాస్తవాలను గ్రహించక పూజలు, వ్రతాలు చేస్తూ కూర్చుంటే సరిపోదు. మన ఆచరణ శుద్ధి కానంతవరకు ఎన్ని పూజలు చేసిన వ్యర్థమే అవుతుంది. మోక్షసాధనకు నిర్మలమైన హృదయమే శ్రేష్టమైనది.

వేద వాక్కులకు విరుద్ధంగా నడిచేది ఎవరు? మహాత్ముల వచనాలకు విరుద్ధంగా నడిచేది ఎవరు? అని ప్రతి ఒకరు ఆలోచించగలిగితే మోక్షమెక్కడో లేదు ఉన్నచోటనే పొందవచ్చున్న సత్యాన్ని గ్రహించవచ్చు.

అందుకే దేహములోని ఆత్మను తెలుసుకొని ఏకాగ్ర చిత్తముతో మనస్సును ఆత్మయందు స్థిరపరిచి చూడండి. ఆత్మజ్ఞానముచే మాయా దోషాలు తొలగిపోతాయి.

రాగ ద్వేషాలు తొలగనంత వరకు ఆత్మోదయము కలుగదు. ధ్యానానికి సంబంధించినంత వరకు మనం చేసే ప్రతి పని ధ్యానమే. ఒకరి కళ్లల్లోకి ఒకరు చూసినపుడు కనపడే మన బొమ్మలే ఆ భగవంతుడు. ఎదుటివారి కళ్ళల్లో నీ బొమ్మ, నీ కళ్ళల్లో వారి బొమ్మ, నీవు నవ్వితే నవ్వినట్లుగా, ఏడిస్తే ఏడ్చినట్లుగా కనపడుతుంది. అలాగే ప్రతి ఒకరిలో నిన్ను నీవు చూసుకోగలిగితే నీకు అంతా అతడే కనపడతాడు.

మోక్షమెక్కడో లేదు ఆనందంగా సంతోషంగా, ప్రేమగా అందరితో కలిసిమెలిసి ఉండటమే మోక్షం. మనిషిగా బ్రతకడం, దయచూపడమే మోక్షం, హిందువుగాని, ముస్లింగాని, క్రిస్టియన్‌గాని ఎవ్వరైనగాని మరణిస్తే అందరిని దహనం చేసేది ఖననం చేసేది ఈ భూమిలోనే కదా! మరి స్వర్గము, నరకం, మోక్షము ఎక్కడున్నాయి. ఏమతస్థులైనా మన కళ్ళముందే చూస్తుండగానే ఈ భూమిలో కలుస్తున్నారు. ఎవరు స్వర్గాన్ని, ఎవరు నరకాన్ని, ఎవరు మోక్షాన్ని చేరేది? ఈ ప్రశ్నలకు సమాదానం ఇక్కడే దొరుకుతుంది. ఎవరైన స్వర్గానికి వెళ్ళి వచ్చినట్లు చెప్పారా? లేదు.

నా అనుభవంతో చెబుతున్నాను మోక్షం, స్వర్గం, నేను ఇక్కడే అనుభవిస్తున్నాను. ఇంతమంది నన్ను ఆదరిస్తున్నారు. లక్షల మంది నా బోధనలను వింటున్నారు. వారి వారి జీవితాలను సుఖమయం చేసుకుంటున్నారు. ఇంతకంటే ఆనందం, సంతోషం ఎక్కడుంది. ఇది కాదా మోక్షం. నేను మీ అందరిలో చూస్తున్నాను. అందుకే అందరితో కలిసి ఉంటున్నాను. అందరిపై సమదృష్టి చూపడమే మోక్షం. పిల్లలవలె ప్రేమను చూపుతూ ఆనందంగా ఉండటమే మోక్షం. అదే స్వర్గం.

సరే పుస్తకాలలో చూపిన విధంగా స్వర్గము, నరకం ఎక్కడుందో చెప్పమనండి. దాని ఆనవాల్లయిన చూపండి. పోనీ ఎవరైనా స్వర్గానికి వెళ్ళారని, నరకానికి వెళ్ళారని వెళ్ళివచ్చిన వారు చెప్పారా? లేదు కదా! ఎక్కడుందో తెలియని దానిని, అసలు ఉందో లేదో కూడ తెలియదు. ఎలా నమ్ముతారు. మన శరీరాలన్ని మట్టిలోనే కలుస్తున్నపుడు ఎవరు స్వర్గాన్ని, ఎవరు నరకాన్ని అనుభవిస్తున్నారు?

సమాజ సేవ చేస్తూ అందరి ఆశీర్వాదం పొందడమే మోక్షం. ఎవరి నుండి ఏమీ ఆశించకుండా నిస్వార్థసేవ చేయడమే స్వర్గం. దీన, హీనులకు తమ వంతు సహాయం చేయడమే మోక్షం. అందరి ఆశీర్వాదాన్ని మనం సంపాదించాలి అంతే కాని ఆస్తిపాస్తులు కాదు. ఆస్తి మనకు ఆనందమివ్వదు. శాశ్వత సుఖాన్ని పొందాలంటే అందరి సుఖాన్ని కోరుకోవాలి. అపుడే శాశ్వతానందము లభిస్తుంది.

పురాణాలలో పండరీ, కాశీ ప్రయాగ వంటి తీర్థయాత్రలు చేయడం ద్వారా లేదా అక్కడ మరణించిన వారికి మోక్షము లభిస్తుందని వ్రాయబడింది. కాని మహాత్ములు దేహమందిరములో ఆత్మయాత్ర ద్వారా మోక్షం లభిస్తుందని అనుభవంతో చెబుతున్నారు. ఈ రెంటిలో ఏది నిజం?

మహాత్ముల వచనానుసారంగా : ఆధ్యాత్మిక మార్గంలో కుండలినీ శక్తి తురియా ఉన్మనీ స్థితులు త్వరితగతిలో మోక్షపు ద్వారాన్ని తెరిచే ప్రయత్నం చేస్తాయి. నిర్వికల్ప స్థితిలో చిత్తము స్థిరమైపోయి శూన్యస్థితికి చేరుతుంది. ఇక చివరిది విదేహస్థితి. ఇదే బాల్యదశ. తనని తాను మరిచిపోవడం దిగంబర స్థితి. అదే మోక్షం.

కుండలినీ శక్తి జాగృతం అయిన తరువాత కొందరు తురియాస్థితి వరకు, మరికొందరు ఉన్మనీస్థితి వరకు వెళ్ళవచ్చు. ఇక మహాత్ములు మాత్రమే అక్కడివరకు వెళ్ళగలిగారు.

ఇక ఇపుడు చెప్పండి తీర్థాలకు వెళ్ళి మోక్షాన్ని పొందిన వారెందరున్నారు?

తుకారామ్ మహారాజ్, జానాబాయి, మీరాబాయి, ముక్తాబాయి, జ్ఞానేశ్వర్ మహారాజ్ ఇత్యాదులెందరో జ్ఞానమార్గం ద్వారా ఆత్మధ్యాన యాత్ర చేసి మహాత్ములయ్యారు.

తుకారామ్ మహారాజ్ సంసారాన్ని త్యజించలేదు. వస్త్రాలను త్యజించలేదు. సంసారంలో వుంటూ మోక్షాన్ని సాధించారు. విదేహస్థితిని పొందిన గజానన్ మహారాజ్, ముంగ్సాజీ బాబా, అడుకూజీ మహారాజ్, జగన్నాథ్ బాబా, రామ్‌రెడ్డి తాత, భురోజీ బాబా, గోగలేబాబా, శంకర్‌బాబా, అకోలాకు చెందిన రామ్‌జీ బాబా, సాయిబాబా లాంటి ఎందరో మహాత్ముల ఇతిహాసాలున్నాయి సాక్ష్యాలుగా.

కొన్ని లక్షల మంది తీర్థయాత్రలకు వెళ్ళివస్తున్నారు. ఎవరికి శాంతి లభించింది? ఎవరు ఉద్ధరించబడ్డారు?

ప్రకృతి రమణీయతను ఆస్వాదించడానికి వెళ్ళాలి యాత్రలకు అంతే కాని మోక్షం లభిస్తుందని కాదు.

యోగ మార్గములో వున్నవారికి సుఖశాంతులయిన లభిస్తున్నాయి. ఎందరో తమని తాము రక్షించుకోగలుగుతున్నారు. మానసిక శాంతిని పొందగలుగుతున్నారు.

ఇక ఇపుడు చెప్పండి! పురాణాల ఆధారంగా మోక్షం నిజమా! యోగి పుంగవుల యోగసాధన ద్వారా సాధించిన మోక్షం నిజమా! ఆలోచించండి.

గోరా కుంబార్ కుండలు చేస్తూ భగవత్ ధ్యానంలో మోక్షం సాధించాడు. రవిదాస్ చెప్పులు కుట్టుకుంటూ ధ్యానంలో సాధించాడు. లతీఫా ముసల్మాన్ కసాయిగా వుండి ధ్యానంలో మోక్షం సాధించాడు.

తీర్థాలకు వెళ్ళవద్దని నేను చెప్పడం లేదు. ప్రకృతి సౌందర్యాన్ని, ప్రపంచంలోని అందమైన ప్రదేశాలను, భగవంతుడి సృష్టి రచన ఎలా వుందో చూడటానికి వెళ్ళాలి. ప్రకృతి అందాలను ఆస్వాదించాలి. మనసును ఆనందపరిచే ఎన్నో అద్భుతాలు ప్రపంచంలో ఉన్నాయి. బయటి వాతావరణం వల్ల మనసు కుదుటపడుతుంది. ఎవరు ఎక్కడ

ఎలా వున్నారు, ఎలా వుండాలి, వాళ్ల వ్యవహారశైలి ఎలా వుంది ఇవన్నీ మనం నేర్చుకోవడానికి ప్రకృతిలోకి వెళ్ళాలి. సముద్రాలు చూడండి. జీవరాశులు, అడవులు, పర్వతాలను చూడండి. వాటి ద్వారా మనం ఎన్నో విషయాలను నేర్చుకోగలుగుతాం. అంతేకాని తీర్థాలలో భగవంతుడిని వెతకకండి. అతడు మీ వెంట ఉన్నాడన్న సంగతిని మరిచిపోకండి.

విశ్వరచన ఆ భగవంతుడి సృష్టి. అందుకే మానసిక శాంతి కోసం చుట్టిరండి. అందుకే వాటినే తీర్థాలన్నారు. వాటి ద్వారా మనసులోని బరువును దించుకున్నట్లవుతుంది. శాంతి సమాధానం లభిస్తుంది. భార్యాభర్తల మధ్య విభేదాలు, దూరాలు తొలగిపోతాయి. ఇంటి వాతావరణాన్ని మరిచిపోయి మానసిక ఉల్లాసాన్ని పొందగలుగుతారు. ఇదే విశ్వదర్శనం.

B. Usha Rani's family